AF518841

ഒഴിവുകാലം

Ozhivukalam
Stories

Samad Panayappilli

CHINTHA PUBLISHERS
Thiruvananthapuram

First Edition
March 2024

Published
Chintha Publishers, Thiruvananthapuram

Typesetting
DBH Overbridge, Thiruvananthapuram

Printed at
Repro India Ltd, Mumbai

Cover Design
Vinod Mangoes

ISBN : 978-93-94753-95-2

CO - 3450 / 6854

Email: chinthapublishers@gmail. com
Website: www. chinthapublishers. com

A version is available at National Libraries
Kolkata, Mumbai, Chennai and Delhi

Distribution
DESHABHIMANI BOOKHOUSE
H O Thiruvananthapuram 695035

Branch
Head Office Kunnukuzhi • Statue Thiruvananthapuram
KSRTC Bus Terminal Thampanoor • Saphalyam Complex Thiruvananthapuram
KSRTC Bus Station Ernakulam • Machingal Lane Thrissur • IG Road Kozhikode
Mavoor Road Kozhikode • NGO Union Building Kannur
Central Bus Terminal Complex Thavakkara Kannur

ഒഴിവുകാലം

സമദ് പനയപ്പിള്ളി

ചിന്ത പബ്ലിഷേഴ്സ്
തിരുവനന്തപുരം-695 035

സമദ് പനയപ്പിള്ളി

കൊച്ചിയിൽ ജനനം. പിതാവ് : പി ബി മൊയ്തീൻ പനയപ്പിള്ളി എം എം ഓ ഹൈസ്കൂൾ സ്ഥാപകനും മാനേജരുമായിരുന്നു. മാതാവ്: ഫാത്തിമ. രണ്ടുപേരുമിപ്പോൾ ജീവിച്ചിരിപ്പില്ല. കൊച്ചിയിലും കോഴിക്കോടുമായി വിദ്യഭ്യാസം. ഒരനുഭവക്കുറിപ്പ് സമാഹാരം ഉൾപ്പെടെ 14 ഓളം പുസ്തകങ്ങൾ പ്രസിദ്ധീകരിച്ചിട്ടുണ്ട്. *ഉഷസ്* എന്ന പേരിൽ സ്വന്തമായി ഒരു കൈയെഴുത്ത് മാസിക പ്രസിദ്ധീകരിച്ചിട്ടുണ്ട്. തണൽ, പരസ്പരം, വിളി തുടങ്ങിയ ലിറ്റിൽ മാഗസിനുകളുടെ ലിറ്റററി എഡിറ്ററായിരുന്നു. *പ്രിയംവദ, ഇ. ദർശനം* തുടങ്ങിയ പ്രസിദ്ധീകരണങ്ങളിൽ സബ് എഡിറ്ററും.

എഴുത്തിലും ചിത്രമെഴുത്തിലും ഒരുപാട് അംഗീകാരങ്ങൾ ലഭിച്ചിട്ടുണ്ട്. ഇപ്പോൾ കരാറടിസ്ഥാനത്തിൽ ഫോർട്ട് കൊച്ചി കെ എസ് ഇ ബിയിൽ ജോലി ചെയ്യുന്നു.

ഭാര്യ : സാലിഹ

മകൻ : സഫീർ സമദ്

വിലാസം : മംഗലത്ത്
കുത്തിയതോട് പി ഓ
ചേർത്തല - 688533.

ഫോൺ : 8086721454.

ഉള്ളടക്കം

പ്രസാധകക്കുറിപ്പ്

മനുഷ്യജീവിതത്തിലെ വ്യത്യസ്ത സന്ദർഭങ്ങളെ ഭാവസുന്ദരമായി പരിശോധിക്കുന്ന കഥകളുടെ സമാഹാരം. കുറഞ്ഞ വാക്കുകളിലൂടെ വികസിക്കുന്ന കഥകൾ നാടകീയതയുടെ ലേശവുമില്ലാതെ ഒഴുകിപ്പരക്കുന്നു. മനുഷ്യമനസ്സിന്റെ ഒടുങ്ങാത്ത സങ്കടങ്ങൾ തന്നെയാണ് *ഒഴിവുകാലം* എന്ന ഈ പുസ്തകത്തിലെ കഥകളെല്ലാംതന്നെ. ജീവിതത്തിലെ ചെറിയ ചെറിയ സംഭവങ്ങൾപോലും വലിയ ജീവിതാഖ്യാനങ്ങളായി മാറുന്നത് നമുക്കീ കഥകളിൽ ദർശിക്കാം.

ചിന്ത പബ്ലിഷേഴ്സ്

ക്ഷോഭങ്ങളുടെ കടൽ

കുറെനാളെത്തിയാണ് അയാൾ കടലിനെ കാണാനായി ചെന്നത്.

അപ്പോൾ അപരിചിതത്വത്തിന്റെ മുഖം കാട്ടി കിടക്കുകയായിരുന്നു കടൽ.

പണ്ടീകടൽത്തീരത്തായിരുന്നല്ലോ അയാൾ സായാഹ്നങ്ങളും സന്ധ്യകളുമൊക്കെ ചെലവഴിച്ചിരുന്നത്. അപ്പോൾ നഗരത്തിൽ പാർപ്പുകാരനായിരുന്നു അയാൾ...

നഗരത്തിലുണ്ടായിരുന്ന വീട് നഷ്ടമാവുകയും പിന്നീടതുപോലൊന്ന് തീർക്കാനോ വാങ്ങാനോ ആവാതിരുന്നതു കൊണ്ടാണ് അയാൾ നഗരം ഉപേക്ഷിച്ച് ഗ്രാമത്തിൽ പാർപ്പുകാരനായത്.

ഗ്രാമം നന്മകളാൽ സമൃദ്ധമെന്നാണ് ഗ്രാമത്തിൽ താമസിക്കും മുമ്പ് അയാൾ കരുതിയിരുന്നത്.

പക്ഷേ, ഗ്രാമം നന്മകളാലല്ല തിന്മകളാലാണ് സമൃദ്ധമെന്നാണ് ഗ്രാമത്തിലെ വർഷങ്ങളായുള്ള വാസം അയാളെ ബോദ്ധ്യപ്പെടുത്തുന്നത്.

തൊഴിൽരഹിതനായി കഴിഞ്ഞകാലത്ത് അമ്മ വീടുപേക്ഷിച്ച് പോകണമെന്നുപറഞ്ഞപ്പോൾ അയാളെത്തിയതും ഈ കടപ്പുറത്താണ്.

അന്നു ജീവിച്ചിരിപ്പുണ്ടായിരുന്ന അമ്മയേക്കാളെത്രയോ സ്നേഹം കടൽ അയാൾക്കു നല്കി.

വിശപ്പിന്റെ കാഠിന്യത്താൽ കടൽവെള്ളം കോരിക്കുടിച്ച് വയർ നിറച്ച എത്രയോ ഉച്ചകൾ...

അത്ഭുതമെന്നേ പറയേണ്ടു, കടൽവെള്ളം കോരിക്കുടിച്ചപ്പോൾ അയാൾ വിശപ്പിൽനിന്ന് മോചിതനായി. പ്രമേയ ദാരിദ്ര്യത്താൽ കടലിനെ കണ്ടപ്പോൾ എത്രയോ പ്രമേയങ്ങളാണ് അയാളുടെ കാതുകളിലേക്കും മനസ്സിലേക്കും കടൽ മന്ത്രിച്ചത്.

ആ പ്രമേയങ്ങളൊക്കെ എഴുതി എഴുത്തുകാരനെന്ന നിലയ്ക്ക് അയാളെത്രയോ പ്രശസ്തനായി.

വ്യസനച്ചുവയുള്ള ജീവിതമെത്ര കുറിയാണ് അയാൾ കടലിനോട് പറഞ്ഞിട്ടുള്ളത്.

അപ്പോളതൊക്കെ സശ്രദ്ധം ശ്രവിച്ചശേഷം കടൽ ഒരു ആത്മമിത്രത്തെപ്പോലെയാണ് അയാളെ ആശ്വസിപ്പിച്ചിട്ടുള്ളത്.

വ്യസനങ്ങളാണ് അയാളുടെ ഉണർച്ചകളെ ഭരിച്ചിരുന്നതെങ്കിലും കടൽത്തീരത്ത് വരുമ്പോളതൊക്കെ അയാൾക്ക് അന്യമാകും.

ഇതേക്കുറിച്ച് അയാൾ പലകുറി ഓർത്ത് നോക്കിയെങ്കിലും അതെന്ത് മാജിക്കാണെന്ന് പിടികിട്ടിയിരുന്നില്ല.

കടൽ അറിയാത്ത വിശേഷമൊന്നും അയാളുടെ ജീവിതത്തിൽ ഇല്ല.

ഒരുപാട് സുഹൃത്തുക്കളും ബന്ധുക്കളുമൊക്കെ ഉണ്ടെങ്കിലും അവരോടൊന്നും ഈ വിശേഷങ്ങളുടെ അനാർഭാടതയെ അയാൾ പങ്ക് വെച്ചിട്ടില്ല.

തിരക്കുകളുടെ ലോകത്ത് ആരാണിതൊക്കെ കേൾക്കാൻ കാതുകൾ തരിക.

മനുഷ്യത്വവും കാരുണ്യവുമൊക്കെ മനുഷ്യരിൽ നിന്നകലുന്ന ഒരു കാലത്തിൽ വിശേഷിച്ചും.

ഓരോ മനുഷ്യനും ഓരോ ദ്വീപാണ്.

എല്ലാ വീടകങ്ങളിലും പേടിപ്പെടുത്തുന്ന മൗനമാണുള്ളത്.

ആ മൗനം ചിലപ്പോഴെങ്കിലും മനുഷ്യരെ മൃഗങ്ങളെപ്പോലാക്കുന്നു.

മറ്റ് ചിലപ്പോളത് ബന്ധങ്ങളെ വ്യഭിചരിക്കുന്നു. സംഘർഷത്തിന്റെ നരകത്തെ സൃഷ്ടിക്കുന്നു.

ഒരിക്കൽ നഗരത്തിലെ പ്രശസ്തമായ കമ്പനിയിലെ ജോലി നഷ്ടമായപ്പോൾ കടലിൽ ചാടി മരിക്കാൻ തീരുമാനിച്ച് വന്നതാണ് അയാൾ.

അന്ന് കൂടെയുണ്ടായിരുന്ന സുഹൃത്തുക്കൾ ബലം പ്രയോഗിച്ച് അയാളെ വീട്ടിൽ തിരികെയെത്തിക്കുകയായിരുന്നു.

ഇതിനുശേഷമൊരു ആത്മഹത്യയെക്കുറിച്ചും അയാൾ ആലോചിച്ചിട്ടില്ല.

പക്ഷേ, ഇപ്പോൾ കടൽ....

അപരിചിതത്വത്തിന്റെ ഈ മുഖമെന്നാകും കടൽ ഉപേക്ഷിക്കുക?

ഇങ്ങനെയൊരു പ്രതികരണമായിരുന്നില്ലല്ലോ കടലിൽനിന്ന് അയാൾ പ്രതീക്ഷിച്ചിരുന്നത്.

പുതിയ വിശേഷങ്ങൾ കടലിന്റെ കാതിലയാൾ പറഞ്ഞെങ്കിലും അതൊന്നും കടൽ കേട്ടില്ല.

നീ എനിക്ക് പരിചിതനല്ലല്ലോ, പിന്നെ എന്തിനാണ് ഇതൊക്കെ പറയുന്നതെന്ന നാട്യത്തിൽത്തന്നെയായിരുന്നു കടൽ.

ഇതൊക്കെ അയാളുടെ സഹനത്തിനും ക്ഷമയ്ക്കും അപ്പുറത്തായിരുന്നു.

അങ്ങനെയാണ് സ്ഫടികംപോലിരുന്ന മേൽഭാഗത്തെ രണ്ടായി പിളർത്തി കടലിന്റെ ഉദരത്തിലേക്ക് അയാളുടെ ജീവസ്പർശമുള്ള ദേഹത്തെ...

അപ്പോഴും കടൽ അതിന്റെ ക്ഷോഭത്തെയോ അപരിചിതത്വത്തെയോ ഉപേക്ഷിച്ചിരുന്നില്ല.

രണ്ട് ജീവിതങ്ങളോട് ഇടപെടുമ്പോൾ

അന്നയും അവറാച്ചനും പിരിയാൻതന്നെ തീരുമാനിച്ചു.

രണ്ടുപേരും എനിക്ക് വേണ്ടപ്പെട്ടവർ. അന്ന എന്നെ പ്രണയിച്ചിരുന്ന കാലമൊക്കെ ഉണ്ടായിരുന്നു കേട്ടോ. അതൊക്കെ പഴയ കഥ. ഇപ്പോഴ തൊക്കെ ഓർത്തിട്ടെന്തുകാര്യം. അന്ന ഇപ്പോൾ അവറാച്ചന്റെ ഭാര്യയാണ്. എന്നാലും അന്നയുടെ ഒരു കണ്ണ് എനിക്കുമേലുണ്ട്. അതുകൊണ്ടുതന്നെ അവറാച്ചന്റെ സാന്നിദ്ധ്യത്തിലല്ലാതെ ഞാനവളെ കാണാറില്ല. അന്ന പഴയ ഓർമ്മയ്ക്കു വല്ലതും പ്രവർത്തിച്ചാൽ... അയ്യോ അതോർക്കാൻ കൂടി വയ്യ.

അവറാച്ചൻ നല്ലവനാ, അകംകൊണ്ടും പുറംകൊണ്ടും. മനുഷ്യർ തമ്മിൽ മുഖത്തോടുമുഖം നോക്കിയാൽ പോരു തുടങ്ങണ ഈ കാലത്ത് ഞാനും അവറാച്ചനും ജാതി മറന്ന് മതം മറന്ന് സാമ്പത്തികാടിസ്ഥാന ത്തിലും രുപഭാവങ്ങളിലുമുള്ള ഏറ്റക്കുറച്ചിലുകൾ പൊറുത്ത് സ്നേഹ ത്തിന്റെയും ആഹ്ലാദത്തിന്റെയുമൊക്കെ അർത്ഥമറിഞ്ഞു കഴിയുന്നുവെ ന്നത് നിസ്സാര കാര്യമാണോ. ഭംഗിവാക്ക് പറയുകയാണെന്ന് കരുതരുത്. അവറാച്ചനെ അറിഞ്ഞതുമുതൽ പിണക്കമെന്തെന്നു ഞാനറിഞ്ഞിട്ടില്ല. എന്റെ ജീവിതത്തിലെ ഏറ്റവും വലിയ ഭാഗ്യവും അവറാച്ചനെ അറി യാൻ കഴിഞ്ഞതുതന്നെ.

ഞാനെത്രയോ ഉപദേശിച്ചു.

“കേട്ടോ അവറാച്ചാ.. അന്നേ, കേൾക്കുന്നുണ്ടല്ലോ. പത്തോ പതി നഞ്ചോ വർഷം ഇണങ്ങിയും പിണങ്ങിയും പരിഭവിച്ചും പരാതി പറ ഞ്ഞുമൊക്കെ കഴിഞ്ഞതല്ലേ നിങ്ങളിരുവരും. ആ ഒരു സുഖനഷ്ടം. വേർപാടിന്റെ വേദന. അതനുഭവിക്കുമ്പോഴേ തോന്നൂ, ഈ സാഹസ മൊന്നും വേണ്ടിയിരുന്നില്ലെന്ന്.”

ഒരു ഭാര്യ ഇല്ലാത്തതിന്റെ ഗതികേട്. അതിലെ അസ്വസ്ഥതകൾ പക്ഷേ, അവറാച്ചനുണ്ടോ ഇതൊക്കെ വകവച്ചുതരുന്നു. അയാൾ പറയുന്നു. അതിന്റെ സുഖം അസൂയയുണർത്തുന്നതാണെന്ന്, അതാണ് സ്വാതന്ത്ര്യമെന്ന്. വിവാഹ ജീവിതം അടിമത്തവും മത്സരവുമാണെന്ന് അവറാച്ചൻ പറയുന്നതാവുമോ ശരി? ആവോ ആർക്കറിയാം. എനിക്ക് അനുഭവമില്ലാത്തതിനെക്കുറിച്ചു ഞാനെങ്ങനെയാണ് അഭിപ്രായം പറയുക.

അവറാച്ചന്റെ വീട്ടിൽനിന്ന് ഞാൻ മടങ്ങുക രാത്രി വളരെ വൈകിയാവും. ചില പകലുകളിൽ എനിക്ക് ഓഫീസിൽപ്പോലും പോവാനാവാറില്ല. രാത്രി വൈകുവോളമുള്ള ഈ പ്രഭാഷണവും ചർച്ചയും കാരണം.

കഥയിൽ കവിഞ്ഞൊരു ഗൗരവം ഈ പ്രശ്നത്തിന്മേൽ നമുക്കുണ്ടാവണം.

എന്തു പ്രശ്നം? എന്തു ഗൗരവം? അവറാച്ചനെ അവറാച്ചന്റെ പാട്ടിനുവിടുക. അയാളുടെ കാര്യങ്ങൾ അയാൾ തീരുമാനിച്ചുകൊള്ളട്ടെ. നൂറുകൂട്ടം പ്രശ്നങ്ങൾക്കിടയിൽക്കിടന്ന് ശ്വാസം മുട്ടുമ്പോഴാണ് നിങ്ങളുടെ ഒരു അവറാച്ചനും അന്നയും.

ശരി സമ്മതിക്കുന്നു. ജീവിതമെന്നു പറയുന്നതത്ര എളുപ്പമുള്ളതല്ലെന്നറിയാം. പ്രത്യേകിച്ചുമിക്കാലത്ത്, ഒരു സാധാരണക്കാരന്റേത്.

ചതി, വഞ്ചന, കുതികാൽവെട്ട്, പാര, പരദൂഷണം. ഞാൻ മുന്നേ ഞാൻ മുന്നേയെന്ന ഒടുക്കമില്ലാത്ത പ്രാർത്ഥന. സുഹൃത്തേ എന്ന് വിളിക്കുമ്പോഴും ദുഷ്ടാ എന്ന ധ്വനി. അകമേ കഴിയുന്നത്ര ദുഷ്ടനും ക്രൂരനുമായിരിക്കുക. എങ്കിൽ ജീവിതമെത്ര സുന്ദരം, മനോഹരം അല്ലെങ്കിൽ ഒരുപാട് നിലവിളികളിലേക്കും വേദനകളിലേക്കുമുള്ള ഉണർച്ചയാകുന്നു ജീവിതം; നരക തുല്യം. ഇതൊക്കെയാവുന്നു ഇന്നത്തെ ജീവിതവും ജീവിതക്രമവും.

പക്ഷേ, ഇതൊന്നും എന്നെയോ അവറാച്ചനെയോ തുലോം സ്വാധീനിച്ചിട്ടില്ലാട്ടോ. ഞങ്ങൾ ശുദ്ധർ (അല്ലെങ്കിൽ അശുദ്ധരോ?) സമാന ഹൃദയർ.

കാര്യങ്ങൾ ഇങ്ങനെയൊക്കെയാണെങ്കിലും അവറാച്ചന്റെ കാര്യത്തിലൊരു ഐക്യം ആവശ്യമാണ്. കാരണം അവറാച്ചനും നമ്മെപ്പോലെ ജീവിക്കേണ്ടവനാണ്.

അവറാച്ചനെ വീഴ്ത്താനൊരു സൂത്രം. അതാണ് സുഹൃത്തേ, എന്റെയും ഇപ്പോഴത്തെ പ്രശ്നം. എന്തു വിലകൊടുത്തും, നാമത് നേടിയേ ഒക്കൂ.

അന്നയുടെയും അവറാച്ചന്റെയും അവരുടെ കുഞ്ഞുങ്ങളുടെയും അനാഥമാകുന്ന ജീവിതത്തെ ഓർത്തിട്ടെങ്കിലും....

പൂച്ച

പൂച്ച അയാൾക്ക് പ്രിയപ്പെട്ടതായിരുന്നു. അയാളുടെ ആത്മാവിനോളം തന്നെ. ജീവിതത്തിന്റെ ആദ്യങ്ങളിലെല്ലാം പൂച്ചയെ അയാൾക്ക് ഭയമായിരുന്നു. പൂച്ചയുടെ തിളങ്ങുന്ന കണ്ണുകൾ സ്വപ്നം കണ്ട് അയാളെത്രയോ രാത്രി ഉറങ്ങാതെയിരുന്നിരിക്കുന്നു.

നഗരബഹളങ്ങളിൽ നിന്നൊക്കെ ഒഴിഞ്ഞ് ഭാർഗ്ഗവീനിലയം പോലെയായ ഈ താവളത്തിൽ എത്തിയതോടെയാണ് പൂച്ച അയാൾക്ക് പ്രിയപ്പെട്ടതായത്.

മഴയിൽ നനഞ്ഞൊരു സന്ധ്യയിലാണ് അയാളാ പൂച്ചയെ ആദ്യമായി കണ്ടത്. നനഞ്ഞ രോമങ്ങളോടും നേർത്ത കാലുകളോടും ശോഷിച്ച ശരീരത്തോടും കൂടി. കണ്ണുകളിലാകട്ടെ നിറഞ്ഞ നിസ്സഹായതയാണുണ്ടായിരുന്നത്.

പൂച്ച ഒരഭയത്തിനോ രക്ഷകനോവേണ്ടി കരഞ്ഞുകൊണ്ടിരുന്നു.

അയാളിലെ സഹതാപമുണർന്നു. അയാൾ പൂച്ചയ്ക്ക് അഭയവും രക്ഷകനുമായ്. വിറയ്ക്കുന്ന കൈകളോടെ അയാൾ പൂച്ചയെ എടുത്തു. ജീവിതത്തിലാദ്യമായി.

കൈമളെന്ന പാചകക്കാരനെ വിളിച്ച് പൂച്ചയ്ക്കല്പം ചൂട് പകരാൻ പറഞ്ഞു. കൈമൾ പൂച്ചയുമായി അയാളുടെ ലോകത്തേക്ക് വലിഞ്ഞു. കൈമൾ പൂച്ചയുമായി വീണ്ടും അവതരിക്കുമ്പോൾ പൂച്ച കരച്ചിലുപേക്ഷിച്ചിരുന്നു.

രാവിലെ വാങ്ങിയിരുന്ന പാലിന്റെ ബാക്കി ഒരു കിണ്ണത്തിൽ പകർന്ന് അയാൾ പൂച്ചയ്ക്ക് നല്കി. അപ്പോൾ അതിന്റെ മുഖം നിറയെ കാണാനായ സംതൃപ്തി.

സന്ധ്യകളിൽ പ്രതീക്ഷകളുടെ തിളക്കവുമായി പൂച്ച നിരത്തിലേക്ക്

നോക്കിയിരിക്കും. ഏത് തിരക്കിനിടയിലും തന്റെ രക്ഷകനെ തിരിച്ചറിയുവാൻ പൂച്ചയ്ക്ക് കഴിഞ്ഞിരുന്നു.

അയാളെ കണ്ടാലുടൻ പൂച്ച ആഹ്ലാദശബ്ദങ്ങൾ പുറപ്പെടുവിക്കും. അടുത്തദിവസം രാവിലെ ഓഫീസിലേക്ക് പുറപ്പെടുംവരേക്കും പൂച്ച അയാളുടെ നിഴലായിരിക്കും.

സന്ധ്യകളിൽ താവളം തേടുന്ന അയാളുടെ കൈയിൽ നീണ്ടൊരു പൊതി കാണും. ആ പൊതി അഴിച്ച് അയാൾ വെള്ളേപ്പം കഷ്ണങ്ങളാക്കി നിലത്തിടും. വെള്ളേപ്പംക്കഷ്ണങ്ങൾ നിലത്തു വീഴേണ്ട താമസം പൂച്ച ആർത്തിയോടെ അതെല്ലാം വെട്ടിവിഴുങ്ങും.

ദിവസങ്ങൾ കഴിയുന്തോറും അയാളുടെ പ്രതീക്ഷകൾ പോലെ പൂച്ച ചീർത്തും അയാൾ ശോഷിച്ചും വന്നു.

പൂച്ചയ്ക്ക് അസ്വസ്ഥതകളില്ല. കടപ്പാടുകളുടെയും ബന്ധങ്ങളുടെയുമൊക്കെ ലോകവും അവയ്ക്ക് അന്യമാകും. അയാൾ സമാധാനിക്കുവാൻ ശ്രമിച്ചു.

അച്ഛനോ, അമ്മയോ പൂച്ചയെത്തിരക്കി വരുന്നതുവരെ അയാൾ കണ്ടിട്ടില്ല. പൂച്ച അവരെ തിരക്കിപ്പോകുന്നതും.

"ഈ പൂച്ച ഇവിടം ഉപേക്ഷിച്ച് പോകുന്ന ലക്ഷണമൊന്നും കാണുന്നില്ല സാർ." ഒരിക്കൽ കൈമൾ പറഞ്ഞു.

ഒഴിഞ്ഞ കൈകളോടെയാണ് അയാളന്ന് താവളത്തിൽ എത്തിയത്. കാരണം അന്ന് അയാളുടെ കീശ ശൂന്യമായിരുന്നു. ഓഫീസിലെ ജോർജ് ജോസഫിന്റെ ഔദാര്യം കൊണ്ടാണ് ഉച്ചയ്ക്ക് ഊണുകഴിച്ചതും സിഗരറ്റ് വലിച്ചതുമൊക്കെ. ആരോടും കടം വാങ്ങി ശീലമില്ല. കടം വാങ്ങലിനൊരു രക്തസാക്ഷിയായിരുന്നല്ലോ അയാളുടെ അച്ഛൻ. അച്ഛന്റെ ആ ശീലത്തെ പിന്തുടരുവാൻ അയാളൊരിക്കലും ശ്രമിച്ചിട്ടില്ല. പട്ടിണിയായാലും അതിനെ അതിജീവിക്കുക. അങ്ങനെയായിരുന്നു അയാൾ.

പൂച്ചയുടെ മുഖത്ത് സംതൃപ്തിയുടെ പ്രകാശമൊന്നും അയാൾക്ക് കണ്ടെത്താനായില്ല. ആഹ്ലാദശബ്ദവും പൂച്ച പുറപ്പെടുവിച്ചിരുന്നില്ല. പക്ഷേ, അതിന്റെ കണ്ണുകളിലെ ക്രൂരതയുടെ ഇരുട്ടാകട്ടെ അയാൾ കണ്ടതുമില്ല.

എങ്കിലും പൂച്ചയിൽ പ്രകടമായ മാറ്റം അയാളെ അത്ഭുതപ്പെടുത്തി.

അയാൾ മുറിയിലേക്ക് നടന്നു. നിഴലായ് പൂച്ചയും.

ക്ഷീണത്തിന് അല്പം ആശ്വാസം പ്രതീക്ഷിച്ചാണ് കട്ടിലിൽ കയറിക്കിടന്നത്.

മുറിയുടെ ഒഴിഞ്ഞ കോണിലിരുന്ന് പൂച്ച അയാളുടെ ചലനങ്ങളൊക്കെ ശ്രദ്ധിക്കുന്നുണ്ടായിരുന്നു

ക്ഷീണാധിക്യത്താലാവണം അയാൾ കിടന്നയുടനെ ഉറങ്ങുകയും ചെയ്തു. നെഞ്ചിലെന്തോ ഭാരം അനുഭവപ്പെട്ടാണ് ഉണർന്നത്. പൂച്ച നെഞ്ചിൽ..

പിന്നെ പൂച്ചയുടെ കാലുകൾ അയാളുടെ തൊണ്ടയിലമർന്നു. പൂച്ചയുടെ ഈ പ്രവൃത്തികളെയാദ്യം അയാൾക്ക് തെറ്റിദ്ധരിക്കാനായില്ല. പൂച്ചയുടെ ബലിഷ്ഠമായ കാലുകളെ തൊണ്ടയിൽനിന്ന് മോചിപ്പിക്കുക സാദ്ധ്യമായിരുന്നില്ല.

മരണത്തിന്റെ ശൈത്യത്തിലേക്ക് വഴുതിയിരുന്ന അയാളുടെ കാതുകളിലിപ്പോൾ മുഴങ്ങുന്നത് പൂച്ചയുടെ ആഹ്ലാദ ശബ്ദങ്ങളാണ്.

ഒരു അഞ്ചൽക്കാരന്റെ സങ്കടങ്ങൾ

പ്രിയപ്പെട്ട മോഹനേട്ടൻ, ഒരാത്മഹത്യയോളംപോന്ന ഖേദങ്ങൾ താങ്കൾക്ക് ഉണ്ടായിരുന്നോ? ഇല്ല എനിക്കങ്ങനെ വിശ്വസിക്കാനാവുന്നില്ല. അപ്പോൾ ബോധപൂർവ്വമാരോ സൃഷ്ടിച്ച മരണനാടകത്തിലെ കഥാപാത്രമാകുകയായിരുന്നു താങ്കൾ.

പുറമെ ചിരിക്കുകയും അകമേ കരയുകയും ചെയ്യുന്ന ഒരാളായിരുന്നോ താങ്കൾ? ഇങ്ങനെ ഇനി ഒരിക്കലും ഉത്തരം തേടാനാകാത്ത കുറെ ചോദ്യങ്ങളാണ് താങ്കളുടെ മരണവാർത്ത ശേഷിപ്പിക്കുന്നത്.

വറുതിയുടെ കാലത്താണ് താങ്കൾ എന്റെ വാടക വീട്ടിലേക്ക് ഒരഞ്ചൽക്കാരനായി വരുന്നത്. ക്ലേശങ്ങളുടെ അനാർഭാടതയിൽ ഞാനുമൊരു ജീവഹത്യയെക്കുറിച്ച് ആലോചിച്ച് നടക്കുന്ന സമയമായിരുന്നു അത്. ശാരീരികമായും മാനസികമായും ദാരിദ്ര്യവും രോഗവും കൊണ്ട് അത്രയേറെ അവശനായിരുന്നു ഞാനന്ന്.

ഉയരം കുറഞ്ഞ് മുഖത്തെപ്പോഴും ഒരു പുഞ്ചിരി ശേഷിപ്പിക്കുന്ന പ്രകൃതമായിരുന്നു താങ്കളുടേത്.

നന്മയുടെ വെട്ടം ജീവിതത്തിൽകൊണ്ടു നടക്കുന്നവർക്കൊന്നും പ്രാപ്യമല്ലാതായിരുന്നു ഈ ലോകം. മോഹനേട്ടന് പറ്റിയ തെറ്റും ശരിയുമതുതന്നെയാകാം.

ഔദ്യോഗിക നിർവ്വഹണത്തിനിടെ കത്തുകൾകൊണ്ട് തരിക മാത്രമല്ല എന്റെ എഴുത്തിനേയും ജീവിതത്തേയുംകുറിച്ച് എന്തെങ്കിലും മിണ്ടാനും അദ്ദേഹം ശ്രമിച്ചിരുന്നു.

പരസ്പരപൂർണ്ണമായ ഈ സ്നേഹാന്വേഷണമാകാം മോഹനേട്ടനെ എനിക്ക് പ്രിയപ്പെട്ടവനാക്കിയത്.

എന്റെ കഴിഞ്ഞ കാലങ്ങളിലോ ഇപ്പോഴോ ഒരഞ്ചൽക്കാരനുമായും എനിക്ക് സൗഹൃദമുണ്ടായിട്ടില്ല. മോഹനേട്ടനൊഴികെ.

ചിലപ്പോഴൊക്കെ അദ്ദേഹം പറയാറുണ്ട്. ഇന്നലെ കൊണ്ടു തന്ന മാസികയിലെ കഥ വായിച്ചെട്ടോ. നന്നായിട്ടുണ്ട്. എഴുത്ത് നിർത്തരുത് എന്നൊക്കെ.

ഇത്തരം അഭിപ്രായങ്ങളിലെ ആത്മാർത്ഥതയുടെ ആഴം പലപ്പോഴും എന്നെ ആശ്ചര്യപ്പെടുത്തിയിട്ടുണ്ട്.

ഒരുപക്ഷേ, അദ്ദേഹത്തിലൂടെയാകാം എന്റെ ഏറെയും രചനകൾ പ്രസിദ്ധീകരിച്ച മാസികകളും മറ്റും ലഭിച്ചിട്ടുള്ളതും.

പത്രത്താളിലെ താങ്കളുടെ ചിരി ഒഴിയാതെയുള്ള മുഖം കണ്ട് എന്റെ മകൻ പറയുന്നു,

"ഈ പോസ്റ്റ്മാൻ എന്റെ കൈയിൽ അച്ഛനുള്ള എത്രയോ കത്തുകൾ തന്നിരിക്കുന്നു."

അവന്റെ ഓർമ്മകളിൽപോലും മോഹനേട്ടന്റെ ആഹ്ലാദകരമായ സാന്നിദ്ധ്യമുണ്ട്.

"രണ്ട് ദിവസം മുന്നെയാണ് കണ്ടത്. പാവം മനുഷ്യൻ.." എന്ന് ഭാര്യയും പറയുന്നു.

ചിലപ്പോഴൊക്കെ തോപ്പുംപടിയിലെ സായാഹ്നത്തിരക്കുകളിൽ ഏതോ ചിന്തകളിൽ മുഴുകി നീങ്ങുന്ന മോഹനേട്ടനെ ഞാൻ കണ്ടിട്ടുണ്ട്.

ഒരു മാറാരോഗംപോലെ ജീവിതത്തെ ഗ്രസിച്ചിരിക്കുന്ന കടബാദ്ധ്യതകളെക്കുറിച്ചാകുമോ അദ്ദേഹം അന്നേരം ആലോചിച്ചിട്ടുണ്ടാകുക?.

ഇത്രയൊക്കെയുള്ളു മോഹനേട്ടാ ഈ ഭൂമിയിൽ നന്മനിറഞ്ഞവന്റെ ജീവിതം..

ഒരുപക്ഷേ, ഈയുള്ളവനും നാളെ ഏതെങ്കിലും നടവഴിയുടെ ഇരുളിൽ ...

അത്രയൊക്കെയേ നാം നമ്മുടെ ജീവിതത്തെക്കുറിച്ച് പ്രതീക്ഷിക്കാവൂ.

കാരുണ്യരഹിതമായ ഈ കാലത്തിൽ നേരും നെറിവുമുള്ളവന്റെ ജീവിതം ആർക്കും വേണ്ട മോഹനേട്ടാ. അവനെവിടെയും ഒറ്റപ്പെടുകയല്ലേ?

ഉച്ചകളിൽ വീടിനു വെളിയിൽ മോഹനേട്ടനെയും പ്രതീക്ഷിച്ചുള്ള നില്പ്. അപ്പോൾ ചിരി ഒഴിയാതുള്ള മുഖവും കൈ ഒഴിയാതുള്ള നല്കലും...

കഴിഞ്ഞ വെള്ളിയാഴ്ച ഉച്ച. മദ്ധ്യാഹ്ന സൂര്യൻ അഗ്നി വർഷിച്ചു നിന്നു. ആഴ്ചകൾക്ക് മുമ്പ് പ്രസിദ്ധീകരിച്ച ഒരു കഥയുടെ പ്രതിഫലം അയച്ചിട്ടുണ്ടെന്ന പത്രാധിപരുടെ വിളി ഹൃദയത്തിൽവീണ തേൻതുള്ളിയായി. മോന് ഫീസ് കൊടുക്കേണ്ട സമയം തെറ്റിയിരുന്നു.

സ്കൂളിൽ ചെന്ന് മകൻ കാണാതെ മാഷെ കണ്ട് സംസാരിച്ചു. എങ്കിലും അവന്റെ മുഖത്തെ ചിരി മാഞ്ഞുപോയിരുന്നു. ആ കുരുന്നു കണ്ണുകളിൽ വെളിച്ചമെത്തിക്കാനുള്ള വഴികളന്വേഷിച്ച് ഉരുകുമ്പോഴായിരുന്നു പത്രാധിപരുടെ വിളി വന്നത്.

സമദ്, താങ്കളുടെ കഥ ഹൃദയാവർജ്ജകമായിരുന്നു. ധാരാളം പേരുടെ വിളി വന്നു. കുറെ കത്തുകളും. ആ കഥ എന്റെയും ഉള്ളുലച്ചു. എന്റെ സഹധർമ്മിണി പറയുകയാ, എന്തിനാ ഈ ചെറുപ്പക്കാരൻ ഇങ്ങനെയൊക്കെ എഴുതുന്നേന്ന്? അത് വായിച്ചിട്ട് രാത്രി അവൾക്ക് ഉറങ്ങാനായില്ലത്രേ. ഒരു നീറ്റലായി ആ കഥ ഇപ്പോഴും അവളുടെ മനസ്സിലുണ്ടത്രേ. അത് കൊണ്ട്, അവളുടെ കൂടെ നിർബ്ബന്ധമാ, സാധാരണ പ്രതിഫലമല്ല, കുറച്ച് കൂടുതൽ പണം അയക്കുന്നു. സദയം സ്വീകരിച്ചാലും. ഉടനെ ഒരു നോവലറ്റു വേണം. വിളിക്കുമല്ലോ.

എന്തൊരാശ്വാസം.

മോന് നാളെ ഫീസ് കൊടുക്കാം. പിന്നെ പാവം ലൈലയ്ക്ക് ഒരു സാരി. പിഞ്ഞിക്കീറി നിറം മങ്ങിയ സാരി ഇനി അവൾ ഉടുക്കരുത്. കുറെ അരി കറി സാധനങ്ങൾ . ആവലാതി പറയാതെ എന്തും സഹിക്കാറുള്ള ലൈല. പരമ കാരുണീകൻ തനിക്കായി തിരഞ്ഞു പിടിച്ച് കൊണ്ടുവന്ന് തന്ന തന്റെ ലൈല. ദാരിദ്യം ഉച്ചകോടിയിലാണെന്നത് സത്യം. എങ്കിലും ഒരിക്കലും ഒരാവശ്യവും പറയാത്ത ലൈല. ക്ലാസിലെ മുൻ നിര ബഞ്ചിൽ സ്ഥാനം നേടി ഒന്നാമനായി ഷാഹുൽ ഹമീദ് എന്ന തന്റെ മകൻ. തനിക്ക് ആരോടും ഒരാവലാതിയുമില്ല. പരമകാരുണികനോട് പോലും. ഇത്രയ്ക്ക് നല്ലൊരു ഭാര്യയെയും മോനെയും തന്ന് അവിടുന്ന് തന്നെ സമ്പന്നരിൽ സമ്പന്നനാക്കിയല്ലോ. അതുമതി അത് മാത്രം.

മോഹനേട്ടനെ കാണുന്നില്ലല്ലോ എന്നോർത്ത് വഴിക്കണ്ണുമായി ആകാംക്ഷപൂർവ്വം വീടിനു മുന്നിൽ നില്ക്കുകയായിരുന്നു താൻ. അപ്പോഴുണ്ട് വിയർത്ത് കുളിച്ച് സൈക്കിൾ ചവിട്ടി മോഹനേട്ടൻ വന്നു.

"ഒരു മണിയോർഡറുണ്ടോ മോനെ"

"പത്രമാപ്പീസീന്ന് വിളിച്ചിരുന്നു. ഞാനതുകൊണ്ട് മോഹനേട്ടനേം നോക്കി നില്ക്കേയ്ർന്നു"

"ആണോ?"

വരാന്തയിലെ കസേരയിൽ കയറിയിരുന്ന് മണിയോർഡർ ഫോറം തന്റെ നേരെ നീട്ടി. തന്റെ കണ്ണുകളിൽ അത്ഭുതം. ഒരു കഥയെഴുതിയാൽ സാധാരണ തനിക്ക് കിട്ടുന്നതിന്റെ രണ്ടിരട്ടി പ്രതിഫലം. കഥ അദ്ദേഹത്തിന്റെ ഭാര്യക്ക് ഇഷ്ടമായത് കൊണ്ടാവും.

ഒരു ചെറിയ തുക അദ്ദേഹത്തിന്റെ പോക്കറ്റിൽ തിരുകിക്കൊടുക്കാൻ ശ്രമിക്കുമ്പോൾ മോഹനേട്ടൻ സ്നേഹത്തോടെ തന്റെ കൈയിൽ കടന്നുപിടിച്ചു.

"മോനെനിക്കിത് തരരുത്"

"ഞാനിത് സന്തോഷത്തോടെ തരുന്നതല്ലേ? മോഹനേട്ടനിത് വാങ്ങീലെങ്കിലെനിക്ക് വിഷമമാവും."

"എന്നാലും വേണ്ട. മോനറിയൂല്ല. ശമ്പളം കിട്ടുമ്പ മോന്റെ കാര്യം എത്രയോ തവണ ഞാനോർത്തേക്കണ്. ഓർക്കാനേ പറ്റാറൊള്ള്. ഒരിക്കെപ്പോലും.."

"അതൊന്നും സാരമില്ല"

"ഇവിടുത്തെ കാര്യൊാക്ക എനിക്കറിയാല്ലാ.. മുഖം കഴുകാൻ കുറച്ച് വെള്ളം തരാമോ? ഒരല്പം കുടിക്കാനും"

അകത്തുപോയി ഞാൻ ഒരു പാത്രം വെള്ളവും കൊണ്ടുവന്നു. അതുപയോഗിച്ച് മോഹനേട്ടൻ മുഖം കഴുകി. പിഞ്ഞിത്തുടങ്ങിയ കാക്കി പാന്റ്സിന്റെ പോക്കറ്റിൽ നിന്ന് കർച്ചീഫെടുത്തു മുഖം തുടച്ചു. അപ്പോൾ ലൈല മോരും വെള്ളവുമായി മുന്നിൽ.

ഇഞ്ചിയും പച്ചമുളകും വേപ്പിലയും ചതച്ചിട്ടെടുത്ത സംഭാരം കുടിച്ച് അദ്ദേഹം പറഞ്ഞു. "ഹാവു എന്തൊരു രുചി. എന്തൊരാശ്വാസം. മോക്കു പുണ്യം കിട്ടും".

ലൈല അകത്തേക്ക് പോയി. അല്പനേരം അദ്ദേഹം തന്റെ വരാന്തയിൽ ഇരുന്നു. ആ മുഖത്തുനിന്നു വെളിച്ചം പതിയെ മായുകയായിരുന്നു.

"ഞാനൊര് കാര്യം ചോദിച്ചാ എന്നോടൊന്നും തോന്നരുത്"

"എന്താ? മോൻ ചോദിരി"

"പുറമെ ചിരിക്കണുണ്ടെങ്കിലും മോഹനേട്ടന്റെ ഉള്ളീ എന്തോ കിടന്ന് നീറണെണ്ട്. എന്നോട് പറയാവുന്നതെന്തെങ്കിലുമാണോ?"

കുറച്ചുനേരം തന്റെ കണ്ണുകളിൽ തറച്ചു നോക്കിയിരുന്നു. പിന്നെ പറഞ്ഞു."അല്ലേലും പരഹൃദയജ്ഞാനോള്ള നെന്റെ കണക്ക് തെറ്റീട്ടില്ല. ശെര്യാ, എന്റുള്ളീ തീം നെരിപ്പോടാ മോനെ. ബാങ്കീന്നൊര് ലോണെടുത്തിരുന്ന്. അറുപതിനായിരം രൂപ. കൊല്ലം പതിനൊന്നായി. കുറേക്കെഞെക്കിപ്പിഴിഞ്ഞ് പലപ്പഴായി ഞാനടച്ച്. ഇനീപ്പ രണ്ടേ മുക്കാലക്ഷം രൂപേണ്ടത്രേ"

മോഹനേട്ടന്റെ നെടുവീർപ്പ് വ്യക്തമായി താൻ കേട്ടു.

"നാല് നാളുകൂടിക്കഴിഞ്ഞാ..."

"കഴിഞ്ഞാൽ..."

"ജപ്ത്യാത്രേ. അത് നടന്നാ എന്റെ കുടുമം...."

എഴുന്നേറ്റ് സ്ഥലകാല വിഭ്രാന്തി സംഭവിച്ചവനെപ്പോലെ മോഹനേട്ടൻ സൈക്കിൾ ചവിട്ടിപ്പോയി. അതായിരുന്നു അവസാന കൂടിക്കാഴ്ച.

ജന്മങ്ങൾ കഴിഞ്ഞാലും തനിക്ക് മോഹനേട്ടനെ മറക്കാനാകുമോ?

മോഹനേട്ടാ, അങ്ങയുടെ അന്ത്യത്തിന് തീർപ്പുണ്ടാകും. നന്മനിറഞ്ഞ

അങ്ങയുടെ നിസ്സഹായതയിലേക്ക് ദൈവമെങ്കിലും രക്ഷകനായി അവതരിക്കുമോ?

ഹൃദയം വിങ്ങുന്നു. കണ്ണീര് കാഴ്ച മറയ്ക്കുന്നുമുണ്ട്. പൊരിവെയിലിൽ അവശനായി സൈക്കിൾ ചവിട്ടി നീങ്ങുന്ന അങ്ങയുടെ ദൃശ്യം മനസ്സിൽ തിടം വയ്ക്കുന്നു. എനിക്കാ ദൃശ്യത്തിൽ നിന്ന് മോചനമുണ്ടോ മോഹനേട്ടാ?.

അക്കരെ

ഇക്കുറി നാരായണൻകുട്ടി നാട്ടിൽ വന്നപ്പോൾ പലരും പറഞ്ഞത് അയാളിനി പഴയപോലെ എന്റെയടുത്ത് വരില്ലെന്നാണ്.

എന്തോ എനിക്കത് വിശ്വസിക്കാനായില്ല.

നാട്ടിൽ നാരായണൻകുട്ടിക്കൊരു ചങ്ങാതി എന്നുപറയുവാനുണ്ടായിരുന്നതും ഞാൻ മാത്രമാണല്ലോ.

പഴയകാലമൊക്കെ അത്ര പെട്ടെന്നവന് മറക്കാനാവുമോ, മറക്കുന്നവരുണ്ടാകാം. ആ കൂട്ടത്തിൽ നാരായണൻകുട്ടി ഉണ്ടാകില്ലെന്ന് തീർച്ച.

അവനിപ്പോൾ പഴയ നാരായണൻകുട്ടി ഒന്നുമല്ലെന്നും നാട്ടിലെത്ര സ്ഥലമാണവൻ വാങ്ങിക്കൂട്ടിയിരിക്കുന്നതെന്നും, അവൻ വച്ച പുതിയ വീട് നീ കണ്ടിട്ടുണ്ടോയെന്നും എന്നോട് തിരക്കുകയാണ് അമ്മ.

അങ്ങനത്തെ അവൻ കാക്കാശിന് വകയില്ലാത്ത എന്നെ തിരക്കി വരുമോയെന്നാ അമ്മയുടെ സംശയം.

എന്റെ വിശ്വാസം എന്നെ രക്ഷിച്ചു.

നാരായണൻകുട്ടി എന്നെ തിരക്കി വരികതന്നെ ചെയ്തു.

“ഒരാഴ്ചയായി വന്നിട്ട്. വന്നയുടനെ നിന്നെ കാണണമെന്ന് കരുതിയിരുന്നതാണ്. അതിന് തിരക്കൊഴിഞ്ഞിട്ട് വേണ്ടേ? ഇതിനിടെ വാസന്തിയുടെ വീട്ടിലുമൊന്ന് പോയി. ഇനി അതിനൊന്നും സമയം കിട്ടിയില്ലെങ്കിലോ. നിന്റെ വിശേഷങ്ങളൊക്കെ..”

എന്റെ വിശേഷങ്ങളൊക്കെ അവനെ കേൾപ്പിച്ചത് അമ്മയാണ്.

ഇപ്പോളെന്തൊരു പ്രസന്നതയാണ് മുഖത്തിന്. ഞാൻ പഴയ നാരായണൻകുട്ടിയെ ഓർക്കുകയായിരുന്നു പണ്ടൊക്കെ നിരാശ ബാധിച്ച ഒരു

വനെപ്പോലെയായിരുന്നല്ലോ അവൻ. താടിയില്ലാതെ ഞാനവനെ കാണുന്നതും ഇതാദ്യമാണ്.

പണ്ടൊക്കെ പിശുക്കന്റെ കൈയിലെ നാണയങ്ങൾ പോലെയായിരുന്നു നാരായണൻകുട്ടിക്ക് വാക്കുകൾ. പക്ഷേ, ഇപ്പോഴവന് നാവടക്കാനേയാകുന്നില്ല. സംസാരത്തിൽ പഴയ വേഗക്കുറവൊന്നുമില്ലെന്നതും ഞാൻ പ്രത്യേകം ശ്രദ്ധിച്ചു.

"നാരായണൻകുട്ടി നീയങ്ങ് മാറിപ്പോയല്ലോടാ.."

"അപ്പോ മാറ്റങ്ങൾ വേണ്ടെന്നാണോ നീ പറയുന്നത്."

ഞാനവന്റെ ഈ ചോദ്യത്തിനൊരു മറുപടി പറയാതെ സുമതിയുടെ കമ്പ്യൂട്ടർ പഠിക്കാനുള്ള താല്പര്യത്തെക്കുറിച്ച് പറയുന്നു. പിന്നെ എനിക്കുവന്ന ഗൾഫ് ചാൻസിനെക്കുറിച്ച്.

സുമതി കമ്പ്യൂട്ടർ പഠിക്കുവാൻ ആഗ്രഹിക്കുന്നുണ്ടെങ്കിൽ അവരെ അക്കാര്യത്തിൽ തടയേണ്ടെന്ന് നാരായണൻകുട്ടി.

ഇപ്പോൾ കമ്പ്യൂട്ടറിനാണവിടെ സാദ്ധ്യതയുള്ളതെന്നും നാരായണൻകുട്ടി.

"നിന്നേക്കാൾ വിജയസാദ്ധ്യത അവിടെ സുമതിക്കാണുള്ളത്."

സുമതിയെക്കുറിച്ചുള്ള ഈ അഭിപ്രായം എനിക്ക് അവനോടുള്ള ബഹുമാനം വർദ്ധിപ്പിക്കുകയാണ് ചെയ്തത്.

കമ്പ്യൂട്ടർ പഠിക്കാൻ വിടുമോയെന്ന് സുമതി എന്നോടാദ്യമായി ചോദിക്കുമ്പോൾ ഞാൻ പറഞ്ഞത് അതൊക്കെ ഒരുപാട് പണച്ചെലവുള്ള കാര്യമല്ലേ എന്നാണ്.

വിടുമോ ഇല്ലയോ എന്നറിഞ്ഞാൽ മതിയെന്ന് സുമതി.

സമ്മതമാണെന്നറിയിച്ചപ്പോൾ സാമ്പത്തികമൊക്കെ ആങ്ങള ഏറ്റിട്ടുണ്ടെന്നാ അവളെന്നോട് പറഞ്ഞത്.

വിസയ്ക്ക് കൊടുത്തത് തികയാതെ വന്നപ്പോഴാണ് അവൾക്ക് അവളുടെ കഴുത്തും കാതുമൊക്കെ ശൂന്യമാക്കേണ്ടി വന്നത്.

എന്നിട്ടും അക്കരെ ആഗ്രഹിച്ച ഞാനിക്കരെ തന്നെ.

നാരായണൻകുട്ടിക്ക് ഈ കാഴ്ചകൾക്കൊന്നും സാക്ഷിയാകേണ്ടി വന്നില്ല. അതിന് മുമ്പ് ലീവ് കഴിഞ്ഞവൻ പോയി. അവൻ പോയതു പോലും മറ്റാരോ പറഞ്ഞാണ് ഞാൻ അറിഞ്ഞത്. എന്നിട്ടും ഞാനവന് എഴുതി. മറുപടിയില്ല. ദാ ഇപ്പോഴും നാരായണൻ കുട്ടിക്കൊരു കത്തെഴുതുകയാണ് ഞാൻ. ഈ കത്തോടെങ്കിലും അവൻ പ്രതികരിച്ചിരുന്നെങ്കിൽ...

ഇതിനിടെ ഒരുപാട് പ്രതീക്ഷകളോടെ തുടങ്ങിയ സുമതിയുടെ കമ്പ്യൂട്ടർ പഠനവും മുടങ്ങി.

ഒരു ആഹ്ലാദവും വിധിച്ചിട്ടില്ലാത്ത ഈ ജീവിതത്തിനൊരു വിരാമ

മായാലോ എന്നാണ്. ഞാൻ ഈയിടയായി ആലോചിക്കുന്നത്. ദൈവ നിശ്ചയങ്ങൾ. അതനുഭവിച്ച് തീർക്കാതെ ഒക്കുമോ. പക്ഷേ, ജീവിതാനു ഭവങ്ങൾ എന്നെ അരുതാത്തതാ ചിന്തിപ്പിക്കുന്നത്. അങ്ങനെ അരുതാത്തതെന്തെങ്കിലും സംഭവിച്ചാൽ.. എന്റെ മോൻ..

അവനെന്നെ അച്ഛാ എന്നുപോലും വിളിച്ച് കൊതിതീർന്നിട്ടില്ലല്ലോ.

അവിരാമം

ഈയിടെയായി സദാശിവൻനായരുടെ ജീവിതം വല്ലാതെ അനാഥവും നിസ്സഹായവുമായിപ്പോകുന്നു.

അതുകൊണ്ട്?

ഈ അതുകൊണ്ട് തന്നെയാണ് പ്രശ്നം.

അതേക്കുറിച്ച് തന്നെയാണ് സദാശിവൻനായരും ആലോചിക്കുന്നത്.

ആലോചനകളുടെ ആഴങ്ങളിൽ നിന്ന് ഉണർന്ന് അയാൾ പറയുന്നു.

"എനിക്കൊരു തിരിച്ചറിവുമുണ്ടാകുന്നില്ല, ഇതേക്കുറിച്ച്".

"എൺപതിനോടടുത്ത പ്രായം വരുന്ന ഒരച്ഛനും ഏതാണ്ട് അതോടടുത്തുതന്നെ പ്രായം വരുന്ന ഒരമ്മയും നിങ്ങളെച്ചൊല്ലി ജീവനോടിരിക്കുമ്പോൾ സദാശിവൻനായരെ നിങ്ങളെങ്ങനെ അനാഥനാകും"

"ഒള്ളതൊക്കെ തൊലച്ച ആ പെരട്ടത്തന്തയാ?"

സദാശിവൻനായരുടെ വാക്കുകളിൽ ക്രൗര്യം നിറയുന്നു. വല്ലാതെ...

"അനാഥത്വം. അതനുഭവിക്കുമ്പോഴെ അറിയൂ. അതിന്റെ ദെണ്ണമെന്തെന്ന്."

"എന്തോന്ന് ദെണ്ണം?"

സദാശിവൻനായർ ചിരിക്കുന്നു.

ഈ ചിരിക്കുപിന്നാലെ തന്റെ വാദങ്ങളിലെ ശരിയെക്കുറിച്ച് ഒരു സൈദ്ധാന്തികനെപ്പോലെ കലഹിക്കുകയാണ് അയാൾ.

പ്രണയങ്ങളുടെ വിശുദ്ധി. അത് കുറെകാലം അയാളുടെ ജീവിതത്തെ ധന്യമാക്കിയിരുന്നു. അങ്ങനെയൊരു പ്രണയവിശുദ്ധിയിലാണ് ജോസഫൈനെ അയാൾ തന്റെ ജീവിതത്തിലേക്ക് കൂട്ടുന്നത്.

അതിനു മുമ്പൊരു കാര്യം കൂടെ ഉണർത്താനുണ്ടെന്ന് പറഞ്ഞ് സദാശിവൻനായർ വീണ്ടുമൊരു ചിരിയുടെ പ്രതാപത്തോടെ.

ഇന്നത്തെ വാല്യക്കാരെപ്പോലെ ഒരു പെണ്ണിനേയും ഞാനങ്ങ് കയറി പ്രണയിക്കുകയായിരുന്നില്ല. പ്രണയാഭ്യർത്ഥനയുമായി ഓരോ പെണ്ണും സദാശിവൻനായരെ തേടിയെത്തുകയായിരുന്നു.

അതിൽ അല്പം പോലും അതിശയോക്തി ഇല്ലേ എന്നാരെങ്കിലും ചോദിച്ചാൽ സദാശിവൻനായർ പറയുക എല്ലാ സത്യങ്ങളും അതിശയോക്തിപരമല്ലേ എന്നാകും.

ജോസഫൈനുമായി ജീവിതം പങ്കിടുമ്പോൾ സദാശിവൻനായർക്ക് വയസ്സ് മുപ്പത്തിമൂന്ന്. അപ്പോഴേക്കും അയാളുടെ ശരീരവും മനസ്സുമൊക്കെ നരച്ചിരുന്നു. എന്തിനേറെ ജീവിതം തന്നെ നരച്ചിരുന്നു. അകാലങ്ങളിലെ വാർദ്ധ്യക്യമെന്നൊക്കെ ഈ അവസ്ഥയ്ക്ക് പേരിടാമെന്ന് അയാൾ. അതുവരെ ഹൃദയത്തോടോ ശരീരത്തോടോ അവിവേകങ്ങൾ പ്രവർത്തിക്കാത്ത ശുദ്ധകാമുകനായിരുന്നു സദാശിവൻനായർ.

ജോസഫൈനുമായുള്ള ജീവിതത്തിന്റെ തുടക്കങ്ങളിൽ സദാശിവൻനായരെത്രയോ പ്രസന്നവാനായിരുന്നു. അന്നൊക്കെ അയാൾ ഞങ്ങളെ ഉപദേശിച്ചിരുന്നത്, "ഞാൻ തന്നെ ഒരുപാട് വൈകി ഇനി നിങ്ങളൊക്കെ എന്നാണൊരു പെണ്ണുകെട്ടി സുഖമായി കഴിയുക." എന്നാണ്.

അങ്ങനത്തെ സദാശിവൻനായരുടെ ജീവിതനിഘണ്ടുവിൽ ജോസഫൈൻ ഇപ്പോൾ അയാൾ മാസംതോറും കൊണ്ടുകൊടുക്കുന്ന നോട്ടുകളെ മാത്രം സ്നേഹിക്കുന്നവളാണ്.

എല്ലാ ഭാര്യാഭർതൃ ബന്ധവും കാലം ചെല്ലേ ഇങ്ങനെയൊരു അതൃപ്തിയുടെ വേനൽ പ്രകടിപ്പിക്കുമെന്നും പിന്നീടതൊക്കെ ഒത്തുതീർപ്പിൻമേലുള്ള മഹാനാടകമല്ലേ എന്നും ഞങ്ങളിൽ ചിലർ സന്ദേഹിക്കുമ്പോൾ "ഉയിരുള്ള കാലം ഒരു പെൺഅബദ്ധത്തിലേക്കും നിങ്ങൾ വഴുതണ്ട" എന്നാണ് സദാശിവൻനായർ ഓർമ്മപ്പെടുത്തുന്നത്.

ഇതിനിടെ ജോസഫൈനിൽ സദാശിവൻനായർക്കൊരു മകളുമുണ്ടായി.

ഒരു സന്ധ്യക്ക് പാഠം പറഞ്ഞ് കൊടുക്കുവാനായി മകളെ വിളിച്ചപ്പോൾ അച്ഛനെന്നെ പാഠം പഠിപ്പിക്കേണ്ടെന്ന് പറഞ്ഞ് അവൾ അമ്മയുടെ അടുത്തേക്ക് ഓടുകയായിരുന്നു.

അപ്പോൾ സദാശിവൻനായർ ക്രൗര്യമുള്ളവനായി. പിന്നെ കൈയിൽക്കിട്ടിയതൊക്കെ കൊണ്ട് അയാൾ മകളെ പ്രഹരിക്കുന്നു.

ഇപ്പോൾ ജോസഫൈന്റെ ഭാഷയിൽ വീടൊരു നരകം. സദാശിവൻനായരാകട്ടെ കാലനും പിശാചും.

അവളുടെ വിവേകപൂർണ്ണമല്ലാത്ത ഇടപെടലുകളിൽ വെന്ത് സദാശിവൻനായർ ഒരു ശവത്തെപ്പോലെ മിണ്ടാതിരുന്നു.

ഇങ്ങനെയൊരു പാഠഭേദത്തിന്റെ ആവർത്തനങ്ങൾ എത്രയോ കുറി സദാശിവൻനായരുടെ വീടിനെ വേദനിപ്പിച്ചിരിക്കുന്നു.

ജോസഫൈന് താൻ പൂർണ്ണമായും പിടികൊടുക്കരുതായിരുന്നു. ഒന്നും ഒളിച്ചുവെക്കാനില്ലാത്ത നഗ്നത. അതുകൊണ്ടാകും തന്റെ വാക്കുകൾക്ക് ഒരു ചാൺമുന്നേ ജോസഫൈൻ നടക്കുന്നത്.സ്നേഹരാഹിത്യത്തിന്റെ ഇരുണ്ടമുഖം അവളെപ്പോഴും കാട്ടുന്നത്.

ആളൊരു തളർന്ന പ്രകൃതക്കാരനാണെന്നും, വേഗമാർന്ന സംസാരമല്ലെന്നും അയാളെ അടുത്തറിയുന്നവർക്കും, ഭാര്യക്കും, ബന്ധുക്കൾക്കുമൊക്കെ പരാതിയുണ്ട്. ഈ പരാതിയാണ് അയാളെ വല്ലാതെ വേദനിപ്പിക്കുന്നതും. തിരിച്ചറിവുകളുടേതായ കാലം തൊട്ടേ ഇങ്ങനെയൊരു പരാതി അയാളുടെ മുറിവാണ്.

സദാശിവൻനായരെ, ഇതൊന്നും നിങ്ങളെ തളർത്തിക്കൂടാ. കുറ്റങ്ങളും കുറവുകളുമില്ലാത്ത മനുഷ്യൻ ആരാ ഈ ഭൂമുഖത്തുള്ളത്. ആണായാലും പെണ്ണായാലും ഈ ലോകത്തിന്റെ വൈവിദ്ധ്യം തന്നെ ഇത്തരം ഏറ്റക്കുറച്ചിലുകളിലല്ലേ. ആരും ആരേക്കാളും കേമന്മാരല്ല ഈ ഭൂവിൽ.

ഇത്തരം പയ്യാരം പറച്ചിലുകൾക്കൊക്കെ കാതുകൊടുത്താലും നിങ്ങളതൊന്നും അകത്തേക്ക് എടുക്കരുത്. ഇങ്ങനെയൊരു വ്യസനാഗ്നിയിൽ ഈ ജന്മം തുലയ്ക്കുവാനാണ് പ്ലാനെങ്കിൽ നിങ്ങളോളം പോന്നൊരു വിഡ്ഢി വേറെയുണ്ടാവില്ല ഈ ഉലകിൽ.

ക്ലീൻഷേവിന്റെ തിളക്കവും കറുപ്പിച്ച മുടിയും ഷർട്ട് ഇൻ ചെയ്ത് ഷൂസൊക്കെ അണിഞ്ഞ് പ്രായത്തെ ജയിക്കുന്ന സൗന്ദര്യവുമായിട്ടാവും സദാശിവൻനായർ നിത്യവും ഓഫീസിൽ എത്തുക. ഓരോരുത്തരും അവരവരുടെ പരിമിതിയിലും സൗന്ദര്യത്തിലുമാണ് നടക്കേണ്ടതെന്നാവും ഈ വിഷയവുമായുള്ള സദാശിവൻനായരുടെ വിശദീകരണം.

അങ്ങനത്തെ സദാശിവൻനായരാണിപ്പോൾ ഷേവുചെയ്യാത്ത മുഖവും കറുപ്പിക്കാത്ത മുടിയും പുറം പാതിയും തേഞ്ഞൊരു ഹവായ് ചെരിപ്പുമണിഞ്ഞ് ഓഫീസിലെത്തുന്നത്. പാന്റും ഷർട്ടുമാകട്ടെ ഇസ്തിരിയിടാത്തതും അഴുക്കുപുരണ്ടതുമാകുന്നു.

മാത്രമോ, ഇപ്പോൾ സദാശിവൻനായർക്കില്ലാത്ത ദുശ്ശീലങ്ങളൊന്നുമില്ലെന്നായിരിക്കുന്നു. പുകവലി, മദ്യപാനം, പൊടിവലി, മുറുക്ക്, പാൻപരാഗ്...

ഇങ്ങനെയൊക്കെ അതൃപ്തനാകാൻ ഈ നാല്പത് വയസ്സിനിടെ എന്തേ സദാശിവൻനായർക്ക് പറ്റിയത്? ഒക്കെ ഒന്നു മനസ്സുവച്ചാൽ ശരിയാക്കാവുന്നതല്ലേയുള്ളു.

ഇങ്ങനെയൊരു വിചാരത്തെക്കുറിച്ചുള്ള ബോധമാണ് സദാശിവൻനായരെ നിങ്ങൾക്ക് പരിചയപ്പെടുത്തുവാനും അയാളുടെ ജീവിതം ഇങ്ങനൊക്കെയായിരുന്നുവെന്നും ഇപ്പോൾ ഇങ്ങനൊക്കെയാണെന്നും സൂചിപ്പിക്കാൻ ഇട നല്കിയത്.

ഇങ്ങനെയൊക്കെ ആണെങ്കിലും നിങ്ങളുടെയൊക്കെ ചുറ്റുപാടുകളിൽ സദാശിവൻനായർ സമയബോധമോ, കാലബോധമോ ഇല്ലാത്തവനായി ബഹിഷ്കൃതനാകുകയാണെങ്കിൽ ക്ഷമയും സ്വീകാര്യനെങ്കിൽ ഹൃദയംഗമമായ നന്ദിയും പ്രകാശിപ്പിച്ചുകൊണ്ട് നിർത്തട്ടെ.

അതിഥി

ഇന്നലെയാണ് കുമാരൻ എന്റെ വീട്ടിലൊരു വിരുന്നുകാരനായി എത്തുന്നത്. ഞാനും കുടുംബവും ഈ നഗരത്തിലാണ് ഉള്ളതെന്ന് അവ നെങ്ങനെയറിഞ്ഞു? അതേക്കുറിച്ചൊന്നും ഞാനവനോട് ചോദിച്ചില്ല. അതേക്കുറിച്ചൊന്നും ചോദിക്കേണ്ട അവസരമല്ല അതെന്നും എനിക്ക് തോന്നി. പണ്ടേ കാര്യങ്ങൾ ചൂഴ്ന്നറിയുന്നതിൽ വിദഗ്ദ്ധനായിരുന്നല്ലോ അവൻ. പഠിത്തം കഴിഞ്ഞിറങ്ങിയശേഷം ഞാൻ കുമാരനെ കാണുന്നതും ഇപ്പോഴാണല്ലോ. അവനിപ്പോൾ നഗരത്തിലെ വലിയൊരു ബിസിനസ് ശൃംഖലയുടെ അധിപനാണത്രേ. കുമാരാ നീ ഓർക്കാറുണ്ടോ നമ്മുടെ പഴയകാലമൊക്കെ, ഒരു വലിയ ചിരിയോടെയാണ് അവനെന്റെ ഈ ചോദ്യത്തോട് പ്രതികരിച്ചത് തന്നെ. എന്താണെന്നറിയില്ല, പഴയ ചങ്ങാതിമാരിൽ നിന്നെ മാത്രമാ ഞാനെപ്പോഴും ഓർക്കുന്നത്. അതൊരുപക്ഷേ, നമ്മുടെ മനസ്സിന്റെ പൊരുത്തം കൊണ്ടാവും. ഞാൻ ഭാര്യയെ വിളിച്ച് അവനെ പരിചയപ്പെടുത്തി. ഇതെന്റെയൊരു പഴയ ചങ്ങാതിയും സഹ പാഠിയുമൊക്കെയായ കുമാരൻ. വിവാഹത്തിന് ക്ഷണിക്കാതിരുന്നതിനെ ക്കുറിച്ചായി പിന്നെയവന്റെ ആവലാതികൾ. അതിനവൻ എവിടെയായി രുന്നെന്നൊന്നും എനിക്കിതുവരെ അറിയില്ലായിരുന്നല്ലോ. ഞാനതിനേ ക്കുറിച്ച് അവനോട് പറയുകയും ചെയ്തു. പഴയ കാലത്തേക്കുറിച്ചു തന്നെ യാണ് രാവേറെ ചെല്ലുന്നതുവരെ അവനെന്നോട് പറഞ്ഞുകൊണ്ടിരു ന്നതും. പിന്നെ നഗരത്തിൽ അവനോളം പോന്നൊരു പ്രതാപിയും പ്രശ സ്തനുമിപ്പോൾ വേറെ ഇല്ലത്രേ. ഒരുപാട് ദാരിദ്ര്യമനുഭവിച്ചാണല്ലോ കുമാ രൻ വളർന്നത്.. അതിനുപകരമായി ദൈവം അവനുകൊടുത്ത നല്ലകാ ലമാകുമിത്. ഒരു വേനലിനപ്പുറം ഒരു വസന്തമെന്നല്ലേ?. രണ്ട് മുറികൾ മാത്രമുള്ള എന്റെ വീട്ടിലെ കിടപ്പുമുറി തന്നെ ഞാനവന് ഉറങ്ങാനായി

ഒഴിഞ്ഞുകൊടുത്തു. അപ്പോഴൊക്കെ ഭാര്യ എന്നോട് ദേഷ്യപ്പെട്ടുകൊണ്ടിരുന്നു. നിങ്ങൾക്ക് വട്ടാ. അയാളെ വല്ല ലോഡ്ജിലും താമസിപ്പിക്കേണ്ടതിന്..

ഞാനപ്പോഴൊക്കെ ഞങ്ങൾ തമ്മിലുള്ള സൗഹൃദത്തെക്കുറിച്ചാണ് അവളോട് പറഞ്ഞുകൊണ്ടിരുന്നത്. അവനെന്റെ മോനെയെടുത്ത് ലാളിക്കുന്നതൊക്കെ കണ്ടപ്പോൾ എനിക്ക് അസൂയയാണ് തോന്നിയത്. എനിക്കെന്റെ മോനെ ഇത്രകണ്ട് ലാളിക്കുവാൻ കഴിഞ്ഞിട്ടില്ലല്ലോയെന്ന് തെല്ലു കുറ്റബോധത്തോടെയാണെങ്കിലും ഞാനോർത്തുപോയി.

അതിരാവിലെയാണ് കുമാരൻ പോയത്. അവൻ പോയത് പോലും ഭാര്യ എന്നെ ഉറക്കത്തിൽ നിന്നുണർത്തി പറയുമ്പോഴാ ഞാനറിയുന്നത്. ഇന്നലെ രാത്രി ഉറങ്ങാൻ പോകും വരെ അവനിതിനെക്കുറിച്ചൊന്നും എന്നോട് പറഞ്ഞിരുന്നില്ലല്ലോ. രാത്രി ഒരുപാട് വൈകി ഉറങ്ങാൻ കിടന്നതുകൊണ്ടാകാം ഞാനുമങ്ങ് ഉറങ്ങിപ്പോകുകയായിരുന്നു.

പിന്നെ ഭാര്യ മറ്റൊന്നുകൂടെ പറഞ്ഞു. കിടപ്പുമുറിയിലെ സെയ്ഫിന്റെ വാതിലൊക്കെ തുറന്ന് കിടക്കുന്നുവെന്നും, അതിൽ വച്ച അവളുടെ ആഭരണങ്ങളൊന്നും കാണുന്നില്ലെന്നും, ഞാൻ മോനെയെടുത്ത് നോക്കുമ്പോൾ അവന്റെ കഴുത്തിൽ കിടന്നിരുന്ന അരഞ്ഞാണവും കാണുന്നില്ലായിരുന്നു. ഞാനപ്പോഴെ പറഞ്ഞതാ അയാളെ ഇവിടെ താമസിപ്പിക്കേണ്ടന്ന്. പാവം സുമതി. ഞാനവളെ വെറുതെ തെറ്റിദ്ധരിക്കുകയായിരുന്നു. കുമാരൻ വന്നപ്പോൾ അവളുടെ അച്ഛനെ അടുത്തവീട്ടിൽ ഉറങ്ങാനയച്ചത് കുറുമ്പുകൊണ്ടാകും അവളിന്നലെ അങ്ങനെയൊക്കെ പറഞ്ഞതെന്നാ ഞാൻ കരുതിയത്. ആരെന്തൊക്കെപ്പറഞ്ഞാലും വരാനുള്ളത് വഴിയിൽത്തങ്ങില്ലല്ലോ. കുമാരനപ്പോഴൊരു കള്ളനായിരുന്നോ.

ഇല്ല, എനിക്കിത് വിശ്വസിക്കാനാവുന്നില്ല. വിശ്വസിക്കണമല്ലോ അങ്ങനെയാണല്ലോ സംഭവങ്ങൾ.

അപ്പോൾ അവനിന്നലെ പറഞ്ഞത് ഒന്നിനും കുറവില്ലാത്തൊരു ബിസിനസുകാരനാണ്. അവനെന്നൊക്കെയാണല്ലോ. അവന്റെ വേഷവിധാനവും ഇടപെടലുമൊക്കെ അങ്ങനെതന്നെയായിരുന്നല്ലോ. അതുകൊണ്ടങ്ങനെയൊരു സംശയം തോന്നിയില്ല. അല്ലെങ്കിലും സ്വന്തം ചങ്ങാതിയെ കള്ളനായിട്ടൊക്കെ ആർക്കാ സങ്കല്പിക്കാനാവുക. എന്റെ ജീവിതത്തിൽ ആകെയുണ്ടായിരുന്ന സമ്പാദ്യമാ കുമാരൻ കൊണ്ടുപോയിരിക്കുന്നത്. ഇനിയീ ജന്മം എനിക്ക് നഷ്ടപ്പെട്ടതൊക്കെ ഉണ്ടാക്കിക്കുവാൻ കഴിയുമോ. ഇല്ല അതൊരിക്കലുമില്ല. ഇതൊക്കെ കുമാരനും അറിയാവുന്നതാണല്ലോ. ഇന്നലെ രാത്രിയിലെ സംസാരത്തിനിടയിൽ അതൊക്കെ അവന് ബോദ്ധ്യമായതുമാണല്ലോ. എന്നിട്ടാ...

അതുകൊണ്ട് കുമാരാ, നീയെടുത്തതൊക്കെ തിരിച്ചുതരണം. അതിൽ കുറ്റബോധമൊന്നും തോന്നേണ്ടതില്ല. ഒരു തെറ്റാർക്കും സംഭവിക്കാം. ഞാനതേക്കുറിച്ചൊന്നും ആരോടുമൊന്നും പറയാനില്ല. ഇപ്പോൾ ഭാര്യ എന്നെ പൊലീസ് സ്റ്റേഷനിലേക്ക് അയച്ചിരിക്കുവാ. കുമാരന്റെ

പേരിൽ പരാതിപ്പെടുവാൻ. പക്ഷേ, എനിക്ക് മനസ്സുവരുന്നില്ല. സ്വന്തം ചങ്ങാതിയെക്കുറിച്ച്.

കുമാരാ നീയിതുകൊണ്ട് നന്നാകാനൊന്നും പോണില്ല. അങ്ങനെ വല്ലതും തോന്നുന്നുണ്ടെങ്കിൽ അതു നിന്റെ വ്യാമോഹം മാത്രമാകും. ഇതുമൂലമുള്ള കുറ്റബോധത്തിൽനിന്ന് നിനക്കീ ജന്മം രക്ഷയില്ലെന്നും നീ അറിയണം.

ഇനി കുമാരൻ തന്നെയാകുമോ ഇതൊക്കെ ചെയ്തിരിക്കുകയെന്നും ആർക്കറിയാം.

എന്റെ സ്വപ്നക്കാഴ്ചകൾ

ഇപ്പോൾ എനിക്ക് മുന്നിൽ കറുത്ത പുതപ്പ് പുതച്ച ഒരു രാത്രിയാണ്. അതാണോ നേര്? അല്ല സത്യമായും അല്ല. ചില ജന്മങ്ങൾപോലെ സ്വയം ഉരുകി മറ്റുള്ളവർക്ക് വെളിച്ചം കാണിക്കുവാൻ വിധിക്കപ്പെട്ട മെഴുകുതിരി വെട്ടം നിറഞ്ഞ മുറികളാണ് എനിക്ക് ചുറ്റും.

പുറത്തെ ഇരുട്ടിൽനിന്നും അച്ഛൻ കയറി വരുന്നു. അച്ഛന്റെ ശുഭ്രവസ്ത്രത്തിൽ നിറയെ ചോരത്തുള്ളികൾ.

അവരെന്നെ...

പറഞ്ഞുതീരും മുമ്പേ അച്ഛന്റെ ജീവനിൽ മരണം കൈവെക്കുന്നു.

ഞാൻ അച്ഛന്റെ കിടക്കയിലേക്കോടുന്നു. ഇല്ല. അച്ഛനുറങ്ങുകയാണ്. ജീവിതത്തിലെ വേദനകളും വേനലുകളും സൃഷ്ടിച്ച അസ്വാസ്ഥ്യങ്ങൾക്കിടയിൽ തിരിഞ്ഞും മറിഞ്ഞും കിടന്ന്...

ഞാൻ സ്വസ്ഥതയോടെ എന്റെ കിടക്കയിലേക്കുതന്നെ തിരിച്ചെത്തുന്നു.

നിറയുന്ന രണ്ടു കണ്ണുകളാണ് ഞാനിപ്പോൾ കാണുന്നത്. രേഖകൾപോലെയുള്ള ആ മുഖത്തെ നഖപ്പാടുകളിലെ തിളക്കം രക്തത്തിന്റേതാണല്ലോ? നിറയുന്ന കണ്ണുകളിൽ നിന്നൊരു സത്യം കൂടെ എനിക്ക് കണ്ടെത്താനാകുന്നുണ്ട്. അതൊരു അഭയത്തിനായുള്ള യാചനയാണ്.

ആ മുഖത്തെ വരണ്ട ചിരിയിൽ ഒരു സൗഹൃദത്തിന്റെ സൂചനയുണ്ടല്ലോ.

എന്റെ ചോദ്യത്തിലെ അപരിചിതത്വത്തെ ഭേദിച്ചുകൊണ്ട് ആ മുഖം പറയുന്നു.

ഞാൻ ഹലീമ.....

ഞാനെന്റെ ജീവിതത്തിന്റെ ഒന്നാം പാഠങ്ങളിൽ എത്തുന്നു. കൂടെ ഹലീമയുടെ നിറമാർന്ന പൂർവ്വ ചരിത്രത്തിലേക്കും.

എന്നോടുള്ള അവളുടെ ഇഷ്ടം നിറച്ച ചിരിയും. രഹസ്യമായുള്ള നോട്ടവും. അതു കാണെ മറ്റു മുഖങ്ങളിൽ ഉണരുന്ന അസൂയയും. ചിലപ്പോഴൊക്കെ അവളെന്നോട് കാണിക്കാറുള്ള തടി കച്ചവടക്കാരൻ അബൂബക്കർ ഹാജിയുടെ ഏക മകളാണെന്ന പത്രാസും, വർഷങ്ങൾക്കപ്പുറത്തേക്ക് നടന്നുകൊണ്ട് ഞാൻ കാണുന്നു.

വർഷങ്ങൾക്കുമുമ്പ് ഒരുത്തരേന്ത്യൻ നഗരത്തിലിരുന്ന് അമ്മയുടെ കത്ത് വായിക്കവെ ഞാനറിയുന്നു. ഹലീമയ്ക്ക് വാക്കുകളുടെ അർത്ഥം പറഞ്ഞ് കൊടുക്കുവാൻ എത്തിയിരുന്ന ഏതോ ചോവൻ ചെറുക്കനുമായി അവൾ ഒളിച്ചോടിയെന്ന്.

ഹലീമ കരഞ്ഞ് പറയുന്നു.

അയാളുടെ നഗരത്തിലുണ്ടായ കലാപത്തിൽ അവൾക്കാ ചെറുപ്പക്കാരനെ നഷ്ടപ്പെട്ടെന്ന്. അവളുടെ കുഞ്ഞുങ്ങൾ അവൾ കണ്ടുനില്ക്കെ കഴുത്തറക്കപ്പെട്ടുവെന്ന്. അവളുടെ ചാരിത്ര്യത്തിന്മേലും ആ മനുഷ്യമൃഗങ്ങൾ വിഷം പുരട്ടിയെന്ന്.

പശിയടക്കാനെന്തെങ്കിലും....

ഹലീമ യാചിക്കുകയാണ്. അവളുടെ ഈ യാചന ഇടയ്ക്ക് നിലവിളികളാകുന്നു

പാപങ്ങളുടെ അശുദ്ധിയിലേക്കാണ് ഹലീമ ഇപ്പോൾ എന്നെ ക്ഷണിക്കുന്നത്. എനിക്ക് അവളോട് പറയണമെന്ന് തോന്നി. പ്രാർത്ഥനയുടെ വിശുദ്ധിയിലാണ് എന്റെ ഇപ്പോഴത്തെ ജീവിതമെന്ന്.

ശ്യൂന്യമായ കീശയും മനസ്സുമായി ഞാൻ ഹലീമയ്ക്ക് മുന്നിൽ നില്ക്കുകയാണ്. ജീവനുള്ള പ്രതിമപോലെ.

എനിക്ക് അപ്പം നിഷേധിച്ചിട്ട് ഇന്നേക്ക് തൊണ്ണൂറുദിവസമാകുന്നു. അവിശ്വാസിക്ക് സ്വർഗ്ഗവും വിശ്വാസിക്ക് നരകവും. അതാണീ കാലത്തെ നീതി ഹലീമേ. ഞാനും നീയും ഈ നരകത്തിൽ വേകുവാൻ വിധിക്കപ്പെട്ടവർ.

നിർഭാഗ്യങ്ങൾ നിറഞ്ഞ ജീവിതത്തിലേക്ക് നിന്നെയും കൂട്ടണമെന്ന് ആഗ്രഹമില്ലാഞ്ഞിട്ടല്ല.

എന്റെ ധൈര്യത്തിന്മേലാരോ വിലങ്ങ് വെക്കുന്നല്ലോ.

വലതു കൈയിൽ ഉയർത്തിപ്പിടിച്ച കഠാരയാണ് ഞാനാദ്യം കണ്ടത്. പിന്നെയേ അമ്മയുടെ വിളി ഞാൻ കേട്ടുള്ളു. അവരുടെ വിളിയിൽ നിറയുന്നത് സ്നേഹമാണോ...? ഒരിക്കലുമായിരുന്നില്ല. അത് സ്നേഹശൂന്യതയാണ്.

ഞാനോടുകയാണ്, ഓട്ടത്തിനിടയിൽ ഞാൻ തിരിഞ്ഞുനോക്കുമ്പോൾ ഒരു രാക്ഷസിയുടെ മുഖവുമായി അമ്മ എനിക്ക് പിറകെയുണ്ട്.

പ്രതിബന്ധങ്ങളുടെ പർവ്വതങ്ങൾ കടന്ന് അശാന്തിയുടെ കടലുകൾ നീന്തി ഞാനോടുകയാണ്. ബന്ധങ്ങളിലെ ആഹ്ലാദമറിയുവാൻ, ശാന്തി ഒരനുഭവമാകുന്ന ജന്മത്തിനായി.

ബന്ധങ്ങളിലെ ആഹ്ലാദവും ശാന്തി ഒരനുഭവമാകുന്ന ജന്മവും എന്റെ വ്യാമോഹങ്ങളാണെന്ന തിരിച്ചറിവിലേക്ക് ഞാൻ മുഖമടിച്ചു വീഴുന്നു.

* * *

എന്നെ കല്ലെറിയുന്ന ഒരുകൂട്ടം ആളുകൾ. ഞാനാ മുഖങ്ങളിലേക്ക് സൂക്ഷിച്ചുനോക്കി. എന്റെ ബന്ധുക്കളും അയൽക്കാരുമൊക്കെയായിരുന്നു അവർ

ഭ്രാന്തൻ...ഭ്രാന്തൻ...

അങ്ങനെയല്ലേ അവർ വിളിച്ച് കൂവിയിരുന്നത്.

ഒരു പുതിയ ഇരയെ കണ്ടെത്തിയ ആഹ്ലാദം അവരുടെ മുഖങ്ങളിലുണ്ടായിരുന്നു.

* * *

താരാട്ട് കൊതിക്കുന്ന ഒരു കുട്ടിയെ പോലെ മറിയയുടെ തോളിലേക്ക് തല ചായിക്കുമ്പോൾ ഞാൻ ചോദിച്ചിരുന്നു.

“എനിക്ക് വട്ടുണ്ടോ മറിയേ..?”

ഈ ചോദ്യത്തിനുശേഷം മറിയ എനിക്കൊരു വേദനയാകുകയായിരുന്നോ...? അല്ലെങ്കിൽ ആശ്വാസമോ...? ആവോ... എനിക്ക് അറിയില്ല.

എന്റെ ബോധങ്ങളിൽ ഇപ്പോൾ ഒന്നും ഓർക്കാനാവാത്ത ഇരുട്ടാണല്ലോ....

കറുത്തസുന്ദരിയുടെ ലക്ഷണം പറച്ചിലുകൾ

ഒരൊഴിവുദിനത്തിന്റെ ആലസ്യത്തിലേക്ക് ഞാനുണർന്നത് പുറത്തെ ഗെയ്റ്റിൽ ആരോ മുട്ടുന്ന ശബ്ദം കേട്ടാണ്.

ആരാകുമെന്ന ആകാംക്ഷയോടെ ഗെയ്റ്റിലേക്ക് നടക്കുമ്പോൾ ഗെയിറ്റിനപ്പുറം ഒരു കറുത്തസുന്ദരി ലക്ഷണം പറയട്ടെ എന്നു ചോദിച്ചു. കറുപ്പിന് ഏഴഴക് എന്ന പഴമൊഴിയെ അന്വർത്ഥമാക്കും പോലെയുണ്ടായിരുന്നു അവളുടെ പ്രകൃതവും.

ഭാര്യയും മകനുമൊന്നും വീട്ടിലില്ല. വെക്കേഷനായതുകൊണ്ട് ഭാര്യയും മകനും ഭാര്യവീട്ടിലാ. വീട്ടിൽ ഞാൻ മാത്രമാണ് വാസം.

ഞാൻ കറുത്ത സുന്ദരിയെ വീടിനകത്തേക്ക് വിളിച്ചു. അവളെന്റെ വിളി കേട്ടതേയില്ല. ഒരു പുരുഷൻ മാത്രമുള്ള വീട്ടിലേക്ക് അവളെങ്ങനെ കയറും.

പിന്നെ അവളെന്നെ അത്ഭുതപ്പെടുത്തിക്കൊണ്ടെന്റെ വീട്ടിലേക്ക് കയറി.

ഞാനെന്റെ ഇടതുകൈവെള്ള നീട്ടി അവൾക്ക് മുന്നിലിരുന്നു.

എന്റെ രേഖകൾ സമൃദ്ധമായ കൈവെള്ളയിലേക്ക് നോക്കി എത്രയോ നേരമായവൾ മിണ്ടാതിരിക്കുന്നു.

“നിർഭാഗ്യങ്ങളാണല്ലോ മാഷേ...”

ഒരു നെടുവീർപ്പോടെ അവളിത്രയും പറയുമ്പോൾ നീ പറഞ്ഞതെത്ര ശരി എന്ന മട്ടിൽ ഞാൻ തലയാട്ടുകയായിരുന്നു.

“ഭാഗ്യത്തിന്റെ ഇത്തിരി വെട്ടം പോലുമില്ലല്ലോ മാഷേ ജീവിതത്തിൽ?”

എന്നവൾ ചോദിച്ച് തുടങ്ങുമ്പോൾ ഞാനവളുടെ ജീവിതത്തെ അറിയുവാൻ ശ്രമിക്കുകയായിരുന്നു.

നിന്റെ പേര്? നാട്? നീ എങ്ങനെയാണ് ഊരുചുറ്റാനിറങ്ങിയത്?

എന്റെ ചോദ്യങ്ങളുടെ ആർഭാടതയിൽ അവൾ വീണ്ടും മൗനിയായി.

നിമിഷങ്ങൾ നീണ്ട മൗനത്തിനുശേഷം അവൾ പറയാൻ തുടങ്ങി. മദ്യമണം ഒഴിയാത്ത അച്ഛനെക്കുറിച്ച്. ജമീന്ദാർ പറയുന്നതെന്തും ശിരസ്സാവഹിക്കുന്ന ഒരാളായിരുന്നത്രേ അവളുടെ അച്ഛൻ. ജമീന്ദാറുമൊത്തൊരു രാത്രി കഴിയണമെന്ന അയാളുടെ നിർബ്ബന്ധത്തെ അവൾ ജയിച്ചതൊരു തീവണ്ടിയാത്രയിലൂടെയാണ്.

അവളുടെ ഗ്രാമത്തിലൂടെയൊരു തീവണ്ടി കടന്നുപോകുമായിരുന്നു. ഒരു രാത്രി തീവണ്ടിയോടവൾ അവളുടെ സങ്കടം പറഞ്ഞു. തീവണ്ടി അതിന്റെ താളത്തിലവളോട് പറഞ്ഞു. നിനക്ക് ഞാനുണ്ട്. നീ എന്റെ കൂടെപ്പോരൂ എന്ന്. അങ്ങനെ ഒരു രാത്രി തീവണ്ടിയോടൊപ്പം അവളും പോന്നു.

തീവണ്ടി അവളെ അച്ഛനെപ്പോലെ ചതിച്ചില്ല. തീവണ്ടിയിൽ സഞ്ചരിച്ചാണവൾ നാടുകണ്ടത്. ഭാഷ പഠിച്ചത്. ജീവിതത്തെ സംബന്ധിക്കുന്ന അറിവും അറിവുകേടുകളും പഠിച്ചത്.

ഓരോ മനുഷ്യരുടെയും ഭാഗ്യനിർഭാഗ്യങ്ങളെ അറിയാൻ അവളെ ശീലിപ്പിച്ചത് അവളുടെ മുത്തച്ഛനാണ്.

മുത്തച്ഛനെ കണ്ടാൽ പേടിയാകുമെന്നവൾ. അയാളുടെ മുഖത്തെ കെട്ടുവള്ളം പോലുള്ള മീശ കണ്ടാൽ, ഹുക്ക വലിച്ചയാൾ ചുമയ്ക്കുന്നത് കേട്ടാൽ....

മുത്തച്ഛനിപ്പോഴും അവളുടെ വീട്ടിൽ ജീവനോടിരിപ്പുണ്ട്. വീടിന് വെളിയിലേക്ക് ഇറക്കിയിട്ട കട്ടിലിൽ അയാൾ ശാന്തനായ ഒരു കുഞ്ഞിനേപ്പോലെ വൈകുന്നേരങ്ങളിൽ ഇരിക്കും.

ചില നോർത്തിന്ത്യൻ നഗരങ്ങളിൽ ഞാനും വേല ചെയ്തിട്ടുണ്ടെന്നവളോട് പറഞ്ഞപ്പോൾ അവളിൽ ആദരവും ആഹ്ലാദവും.

ഞാൻ ഭാര്യയെ ഫോൺ വിളിച്ച് ഇപ്പോഴൊന്നും ഇങ്ങോട്ട് വരേണ്ടെന്നും കുറച്ചുദിവസംകൂടി കഴിഞ്ഞ് വന്നാൽ മതിയെന്നും പറഞ്ഞു.

ഭാര്യവീട്ടിൽ പോകുന്നെന്ന് പറയുമ്പോഴേ മൂഡ് ഔട്ടാകുന്ന ആളാണ് ഞാൻ. പോയാൽ പിന്നെ നിരന്തരം ഫോൺ വിളിയാകും. എപ്പോഴാണ് ഇങ്ങോട്ട് വരിക എന്നന്വേഷിച്ച്.

ചെടികൾക്കൊക്കെ വെള്ളമൊഴിക്കണം. മകൻ വളർത്തുന്ന മീനുകളെ ശ്രദ്ധിക്കണം, അവയുടെ വെള്ളം മാറണം, തീറ്റ കൊടുക്കണം.

ഇത്രയുമേ ഫോണിലൂടെ ഭാര്യ പറഞ്ഞുള്ളു. ഭാര്യയും മകനും വീട്ടിൽ പോയ ശേഷം മൂന്ന് മീനുകളാ ചത്തത്. അതൊന്നും ഭാര്യയോട് ഞാൻ പറഞ്ഞിട്ടില്ല. പറഞ്ഞാലുടൻ ദേഷ്യം വരും.

മകന്റെ വളർത്തുപൂച്ചയായ മിക്കിയുമിപ്പോൾ ഭാര്യയുടെയും മകന്റെയും അസാന്നിദ്ധ്യം കൊണ്ടാകണം വീട്ടിൽ വരാറില്ല.

ഞാൻ രാവിലെ വീടും പൂട്ടിയെന്റെ ജോലിക്ക് പോകും. അന്നേരം രാധ (അങ്ങനെയാണവൾ പേരുപറഞ്ഞത്)യും എന്നോടൊപ്പം ഇറങ്ങും. ആരുടെയെങ്കിലും ഭാഗ്യനിർഭാഗ്യങ്ങൾ നിർവ്വചിക്കുവാൻ.

ഭാര്യ വന്നപ്പോൾ അയൽക്കാർ പറഞ്ഞു. ഞാനൊരു കൈനോട്ടക്കാരിയെ കൂടെ പാർപ്പിച്ചിരിക്കുകയാണെന്ന്.

ഇതറിഞ്ഞു ഭാര്യ പിണങ്ങി അവളുടെ വീട്ടിലേക്ക് പോയി.

ആങ്ങളമാർ ഇടപെട്ടു. ബന്ധം വിച്ഛേദിച്ചു. ഭാര്യ പോയപ്പോൾ മകനെയും കൂടെക്കൊണ്ട് പോയി.

ഇപ്പോൾ രാധയാകുന്നെന്റെ ജീവിതസഖി. ഇപ്പോളെന്റെ ജീവിതമെത്ര സ്വസ്ഥം, ശാന്തം.

ഭാവിയും ഭൂതവും വർത്തമാനവുമൊക്കെ അറിയുന്നൊരുപെണ്ണ് കൂടെയുള്ളപ്പോൾ ജീവിതം ഇങ്ങനെയൊന്നുമായില്ലെങ്കിലല്ലേ, ചങ്ങാതി, അത്ഭുതമുള്ളു.

ഉത്തരാധുനികം

കാറിനുള്ളിൽ മന്ദാകിനിയുടെ കരച്ചിൽ മാത്രം.

ബാക്കിയുള്ളവരൊക്കെ ഗാഢനിദ്രയിലെന്നപോലെ നിശ്ശബ്ദരും.

ഡ്രൈവിങ് സീറ്റിൽ ശിഹാബാണ്.

ഫ്രാൻസിസ് ഡിക്കോത്ത എന്ന സായ്പ് കാറ്റിന്റെ വികൃതിക്കൈകളിൽനിന്ന് തന്റെ തോളോളം നീണ്ട സ്വർണ്ണത്തലമുടിയെ മോചിപ്പിച്ച് മാടിയൊതുക്കുകയും മെലിഞ്ഞു നീണ്ട വിരലുകൾ പോലെ വെളുത്ത് നേർത്ത സിഗരറ്റുകൾ വലിക്കുകയുമായിരുന്നു.

"എനിക്ക് ഹോസ്റ്റലിൽ പോണം."

മന്ദാകിനി കരച്ചിലിനിടെ ഇങ്ങനെ ഒച്ചവച്ചുകൊണ്ടിരുന്നു.

ഡിക്കോത്തയെ നിരന്തരം സിഗരറ്റുകൾ വലിക്കുവാൻ പ്രേരിപ്പിക്കുന്നത് മന്ദാകിനിയുടെ കരച്ചിലാകുമോ? ആവോ അതൊന്നും എനിക്ക് അറിവുള്ള വിഷയമല്ല. ഡിക്കോത്തയുമായി എനിക്കത്ര വലിയ അടുപ്പവുമില്ല.

ശിഹാബ് പറഞ്ഞതനുസരിച്ച് ഡിക്കോത്ത അയാളുടെ നാട്ടിൽ വിഖ്യാതനായ ചിത്രകാരനാണ്. അവന്റെ ഗ്യാലറിയിൽ ഇപ്പോൾ നടക്കുന്ന പ്രദർശനവും ഡിക്കോത്തയുടേതാണ്.

"ഈ യാത്രയുടെ ലക്ഷ്യമെന്താണ്?"

"മന്ദാകിനി ഇങ്ങനെ കരയുന്നത് അപകടമല്ലേ."

ഈ ചോദ്യങ്ങളെന്നെ വല്ലാതെ ഭയപ്പെടുത്തുന്നുണ്ട്.

പക്ഷേ, ഡിക്കോത്തയോ, ശിഹാബോ, മന്ദാകിനിയോ എന്റെയീ ഭയത്തെ അറിയുന്നില്ല.

മന്ദാകിനി നഗരത്തിലെ പ്രശസ്തമായ യൂണിവേഴ്സിറ്റിയിൽ റിസർച്ചറാണ്. ആംഗ്ലോ ഇന്ത്യൻ സാഹിത്യത്തിലെ പുതുവഴികളാണ് അവളുടെ ഗവേഷണവിഷയം.

അവൾ നന്നായി പാടുകയും ചെയ്യും. പാടുന്നത് സിനിമാപ്പാട്ടൊന്നുമല്ല. പാശ്ചാത്യഗാനങ്ങൾ. നഗരത്തിലെ അറിയപ്പെടുന്നൊരു ബാൻഡിൽ അവൾ പാടാനും പോകുന്നുണ്ട്. അറിയപ്പെടുന്ന ചിത്രകാരി കൂടിയാണ് മന്ദാകിനി. അവൾ വരച്ച ചിത്രങ്ങളും ശിഹാബ് ഗ്യാലറിയിൽ പ്രദർശിപ്പിച്ചിരുന്നു. ഡിക്കോത്തയ്ക്ക് മുമ്പേയുള്ള പ്രദർശനം അവളുടേതായിരുന്നു. മാദ്ധ്യമങ്ങൾക്ക് അന്നവളൊരു ആഘോഷമായിരുന്നു.

പക്ഷേ, എന്തോ എനിക്കവളുടെ ചിത്രങ്ങൾ കുറെ വരകൾക്കും വർണ്ണങ്ങൾക്കും അപ്പുറത്തൊന്നുമില്ല. ഇതെന്റെ കാഴ്ചയുടെ പരിമിതിയാകാം.

"ശിഹാബ് നമ്മൾ എങ്ങോട്ടാണ്"

അവനെന്റെ ചോദ്യത്തെ അവഗണിക്കുംപോലെ ഏതോ ഉദ്ദേശ്യത്തിൽ കണ്ണിറുക്കി. മന്ദാകിനി കരച്ചിൽ നിർത്തിയിരുന്നില്ല.

"എനിക്ക് ഹോസ്റ്റലിൽ പോണം."

അവൾ കരച്ചിലിനിടെ ഒച്ചവെച്ചു.

"നായിന്റെ മോളേ... നിന്നെ ഞാൻ പ്രണയിച്ചതും ഇങ്ങനെയൊരു യാത്ര പ്ലാൻ ചെയ്തതുമൊക്കെ ദേ ഈ ഡിക്കോത്തയെ സുഖിപ്പിക്കാത്. അയാളിനിയും എന്റെ നാട്ടിൽ വരണം. എന്റെ ഗ്യാലറിയിൽ അയാളുടെ പ്രദർശനമിനിയും നടക്കണം. ബിക്കോസ് ഐ വാണ്ട് മണി....".

ശിഹാബ് ഇത് പറയുമ്പോൾ ഡിക്കോത്ത അയാളുടെ വെളുത്ത ശരീരത്തിൽ ഒന്നൂടെ സുന്ദരനാകുന്നതായി എനിക്ക് തോന്നി.

ശിഹാബിന്റെ വലതു കൈവിരലുകൾക്കിടയിൽ കഞ്ചാവ് നിറച്ച തടിയൻ ബീഡി അതിന്റെ ചുവന്ന തീക്കണ്ണ് പ്രദർശിപ്പിച്ചു.

പള്ളിക്കുളത്തിന്റെ പടവുകളിൽ യുക്തിവാദം പറഞ്ഞിരുന്ന ലൂസ് പാന്റ്സും ഷർട്ടും ധരിച്ച ഇരുനിറക്കാരനായ മെലിഞ്ഞ പയ്യനായി വർഷങ്ങൾ അത്രയൊന്നും അപ്പുറത്തല്ലാതെ ശിഹാബിനെ എനിക്ക് ഓർത്തെടുക്കാനാകുന്നുണ്ട്. അന്നും അവൻ വിൽസ് വലിച്ചിരുന്നു. അവന്റെ കുടുംബ പശ്ചാത്തലം സമ്പന്നമായിരുന്നെങ്കിലും അവനെന്നും ദരിദ്രനായിരുന്നു. ചിലപ്പോഴൊക്കെ പിച്ചക്കാരനെപ്പോലെ ഒരു സിഗരറ്റിനോ ചായക്കോ ഇരന്നു.

ഞാനാണ് അവനെ നഗരത്തിലെ ചിത്രകാരന്മാരുടെ സൗഹൃദത്തിലേക്ക് വഴികാട്ടിയത്.

അവനങ്ങനെ താടിയും മുടിയും നീട്ടിയ ചിത്രകാരന്മാർക്കിടയിൽ സ്ഥിരകാഴ്ചയായി. പിന്നെ അവൻ കാട്ടിൽ പോയി. കാട്ടിലൊരു ഹട്ടൊക്കെ തട്ടിക്കൂട്ടി ജീവിക്കുവാൻ ആഗ്രഹിച്ചു. നാട്ടിലെ മനുഷ്യരെക്കാൾ ഭേദമാണ് മൃഗങ്ങളെന്നു പറഞ്ഞു.

പിന്നെ അവൻ സൗദിക്ക് പോയി. അവിടൊരു പാവം പിടിച്ച അറബി അവനെ അധികശമ്പളം നല്കി രണ്ട് വർഷം പോറ്റി. എന്നിട്ടും ദരിദ്രനായിട്ടായിരുന്നു അവന്റെ തിരിച്ചു വരവ്.

പിന്നെയും ഞാൻ അറിഞ്ഞിരുന്നു. അവനൊരു മദ്ധ്യവയസ്കയായ

മദാമ്മ പോറ്റമ്മയും ഭാര്യയുമായുണ്ടെന്ന്. അവനിപ്പോൾ ലണ്ടനിലും അമേരിക്കയിലുമാണെന്ന്. അവനെ വീട്ടിൽനിന്നും പുറത്താക്കിയെന്ന്.

ഇപ്പോൾ മദാമ്മ അവനുവേണ്ടി രണ്ടുനില വീടു വാങ്ങിയിട്ടുണ്ട്. സഞ്ചാരത്തിന് മാരുതി വാനും ബൈക്കുമുണ്ട്. ഗ്യാലറിയും ഒരുപാട് വിദേശികൾ സന്ദർശകരായുള്ള കഫ്റ്റേരിയയുമുണ്ട്.

സായാഹ്നങ്ങളിൽ ഞാനുമവന്റെ കഫ്റ്റേരിയയിൽ പോകാറുണ്ട്. അവിടിരിക്കുമ്പോൾ പാരീസിലോ ലണ്ടനിലോ ആണെന്ന് തോന്നും.

ഇപ്പോഴവന് അച്ചടക്കമില്ലാത്ത താടിയും തോളോളം നീട്ടിയ മുടിയുമുണ്ട്. കണ്ടാലൊരു ചിത്രകാരന്റെ മട്ട്. കാവി മുണ്ടും ജുബ്ബയും ഷാളും ഖദർ ജുബ്ബയും ജീൻസും അവൻ മാറി മാറി ധരിക്കാറുണ്ട്. ഒക്കെ നിലനില്പിന്റെ ഭാഗമാകാം.

അവന്റെ ഗ്യാലറിയിൽ ഇപ്പോൾ ചിത്രമെഴുത്ത് അറിയുന്നവരുടെ ക്യൂ ആണ്.

നഗരത്തിൽ ഇന്നേറെ സജീവവും ശിഹാബിന്റെ ഗ്യാലറിയാണല്ലോ.

ശിഹാബേ, നിന്റെ ഏകാന്തനിമിഷങ്ങളിൽ എപ്പോഴെങ്കിലും ഈയുള്ളവനുണ്ടായിട്ടുണ്ടോ.

സൗഹൃദങ്ങൾക്ക് നിന്റെ നിഘണ്ടുവിൽ എന്താണ് സുഹൃത്തേ അർത്ഥം. എനിക്ക് ഇപ്പോഴും അതറിയില്ല.

മന്ദാകിനി ഇപ്പോഴും കരച്ചിലിന്റെ തുടർച്ചകളിലാണ്. ഡിക്കോത്തയാകട്ടെ വെളുത്ത് നേർത്ത സിഗരറ്റുകൾ വലിച്ചു തീർക്കുന്ന ധൃതിയിലുമാണ്.

ശിഹാബാകട്ടെ ഒരു മൗനമായി ഡ്രൈവിങ് സീറ്റിലുണ്ട്.

ഡീക്കോത്തയുടെ ചാരനിറമാർന്ന കണ്ണുകളിൽ തെളിയുന്നത് കാമത്തിന്റെ മൗനാക്ഷരങ്ങളാണോ? ഇല്ല അയാളുടെ കണ്ണുകളിൽ വിഷാദത്തിന്റെ തിളക്കമില്ലായ്മയാണുള്ളത്.

ശിഹാബിന്റെ പച്ചമാരുതി വാനിപ്പോൾ ഫോർട്ടുകൊച്ചിയിലെ പേരറിയാത്ത ഏതോ നിരത്തിൽ എന്നെ ഉപേക്ഷിച്ച് മന്ദാകിനിയുടെ കരച്ചിലുമായി പോകുകയാണ്.

ഡിക്കോത്ത അയാളുടെ വിഷാദമൊക്കെ മറന്ന് ചിരിച്ചുകൊണ്ട് എനിക്കുനേരെ കൈ വീശി.

അന്ന് രാത്രി ഞാൻ ഡിക്കോത്തയേയും മന്ദാകിനിയേയും ഓർത്ത് പകലാക്കി.

മന്ദാകിനി ഡിക്കോത്തയ്ക്ക് പ്രിയപ്പെട്ട ഹരമായി മാറിയിട്ടുണ്ടാകുമോയെന്ന് സംശയിച്ചു.

പക്ഷേ, ഇന്നത്തെ പത്രത്തിൽ മന്ദാകിനിയുടെയും ഡിക്കോത്തയുടെയും വിവാഹവാർത്തയാണല്ലോ ഞാൻ വായിക്കുന്നത്.

അർദ്ധവിരാമം

പാതിരാവിൽ പാതിമയക്കത്തിൽ എന്നെ വിളിച്ചുണർത്തുകയാണ് രേണുക.

ഞാനുണരവേ രേണുക പറയുന്നു, പുറത്തവളൊരു കാല്പെരുമാറ്റം കേട്ടെന്ന്.

പിന്നെ ഞാനുമാ കാലൊച്ചയ്ക്കായി കാതോർക്കുന്നു. വീടിനുചുറ്റുമുള്ള ഇരുട്ടിലേക്ക് ടോർച്ച് തെളിയിക്കുന്നു.

ഒരിലയനങ്ങുന്ന ശബ്ദം പോലും കേൾക്കാനാകാതെ ഒരു നിഴലനക്കംപോലും കാണാതെ തിരിച്ച് വീടിനുള്ളിലേക്ക് കയറവെ ഞാൻ രേണുകയോട് പറയുന്നു. അത് ചിലപ്പോ നിനക്ക് തോന്നിയതാകുമെന്ന്. പക്ഷേ, രേണുകയുണ്ടോ സമ്മതിക്കുന്നു.

അവൾ പറയുന്നു.

"ഞാനാ കാലൊച്ച എത്ര പ്രാവശ്യം കേട്ട ശേഷമാണെന്നോ നിങ്ങളെ വിളിച്ച് പറഞ്ഞത്...."

ഞാൻ വീണ്ടും ഉണരവെ കിടക്കയിൽ രേണുക ഉണ്ടായിരുന്നില്ല.

അവൾ ബാത്ത്റൂമിലോ മറ്റോ പോയതാകുമെന്ന ധാരണയിൽ ഞാൻ വീണ്ടും ഉറങ്ങാൻ കിടക്കുന്നു.

രേണുക എന്നെ ഉണർത്താത്തൊരു പകൽ. ഇതുവരെ അവളുടെ കരസ്പർശമായിരുന്നല്ലോ എന്നെ ഉറക്കത്തിൽ നിന്ന് ഉണർത്തിയിരുന്നത്. കഴിഞ്ഞ പത്ത് വർഷമായി അതായിരുന്നു പതിവ്.

ഇനി രേണുക അവളുടെ വീട്ടിലേക്ക് പോയതാകുമോ? ഇല്ല തനിച്ചിത്ര ദൂരം യാത്ര ചെയ്യാനുള്ള ധൈര്യമൊന്നും അവൾക്കില്ല. പിന്നെ അവൾ എവിടെ പോയതാകും?

ഞങ്ങൾ തമ്മിലത്രയ്ക്കൊന്നും ഗുരുതരമല്ലാത്ത രീതിയിൽ ഇണക്കവും പിണക്കവുമൊക്കെ ഉണ്ടായിട്ടുണ്ടെന്ന് സമ്മതിക്കുന്നു. ഇപ്പോളി

തൊക്കെ ഏത് ജീവിതത്തിലാണ് ഇല്ലാത്തത്. ജീവിതത്തിലെ ഒരു ത്രിൽ എന്നൊക്കെ പറയുന്നതു ഇതുതന്നെയല്ലേ?

പത്രങ്ങളിൽ പരസ്യം ചെയ്യുവാനോ ടിവിയിൽ കാണാതായെന്ന ശബ്ദസാന്നിദ്ധ്യത്തിൽ രേണുകയുടെ മുഖം കാട്ടുവാനോ എനിക്ക് ഉദ്ദേശ്യമില്ല. താല്പര്യവുമില്ല. നിങ്ങളെത്ര കുറ്റപ്പെടുത്തിയാലും എന്നെപ്പോലൊരാളെ സംബന്ധിച്ചിടത്തോളം ഇതൊക്കെ അപമാനകരം തന്നെ. എങ്കിലും കാണുന്നവരോടൊക്കെ ഞാൻ രേണുകയുടെ അപ്രത്യക്ഷത്തെക്കുറിച്ച് പറയുന്നുമുണ്ട്. അതുപോലെ നിങ്ങളോടും പറയുന്നു. ശ്രദ്ധിക്കുക.

രേണുക. മുപ്പതിനോടടുത്തു പ്രായം. ഇരുനിറം. മെലിഞ്ഞദേഹം. വലതു കവിളിലൊരു മറുകുണ്ട്. ഇംഗ്ലീഷ്, മലയാളം ഭാഷകളറിയാം. കാണാതാവുമ്പോൾ തൂവെള്ള സാരിയും തൂവെള്ള ബ്ലൗസുമായിരുന്നു വേഷം.

രേണുകയെ കാണാതായിട്ടിപ്പോൾ ദിവസങ്ങളായി. ദിവസങ്ങളായി ഞാനാഹാരവും കഴിച്ചിട്ട്. എന്നെ സംബന്ധിച്ചിടത്തോളം ജീവിതത്തിലാകെ ഉണ്ടായ ആഹ്ലാദമാണ് നഷ്ടമായിരിക്കുന്നത്. പിന്നെ ഞാനെങ്ങനെയാണ് ഉണ്ണുക, ഉറങ്ങുക.

അവളുടെ ചാരിത്ര്യത്തിന്മേൽ ക്രൂരതയുടെ നഖപ്പാടുകളാരെങ്കിലും വീഴ്ത്തിയിട്ടുണ്ടെങ്കിലും ഞാനവളെ സ്വീകരിക്കുമെന്ന് പറയുമ്പോൾ ദയവായി തെറ്റിദ്ധരിക്കരുത്. കാരണം ഇന്നത്തെ സമൂഹത്തെക്കുറിച്ചും അതിന്റെ ചെയ്തികളെക്കുറിച്ചുമൊക്കെ അത്രയേറെ ബോധവാനാണ് ഞാൻ. സമകാലിക സംഭവങ്ങൾ നല്കുന്ന പാഠവുമിതാണല്ലേ!

രേണുകയ്ക്ക് പകരമാവാൻ മറ്റൊരു പെണ്ണിനുമാകില്ലേ? അങ്ങനെയെങ്കിൽ ഞാനിതുവരെ തുടർന്ന വിശദീകരണത്തിനൊക്കെ എന്തു പ്രസക്തിയാണുള്ളത്. അതുകൊണ്ട് സ്നേഹിതാ സഹായിക്കുക. സൗകര്യംപോലെ നിങ്ങളുമീ അന്വേഷണത്തിൽ പങ്കാളിയാകുക. അല്ലെങ്കിൽ അനാഥമാകുന്നത് രണ്ട് ജീവിതങ്ങളാണെന്ന് ഓർക്കണം.

ഒഴിവുകാലം

“ഇന്ന് പോവണ്ട പപ്പ” എന്നു പറഞ്ഞു കരയുകയായിരുന്നു കുട്ടി. പിന്നെ പപ്പയ്ക്കുമുന്നിൽനിന്നവൾ വഴിമുടക്കി. അന്നേരം അവളുടെ മമ്മി പപ്പയ്ക്കു പിന്നിൽ വന്നുനിന്ന് അവളോട് കണ്ണുരുട്ടി. അവരെപ്പോഴും കുട്ടിയെ ഭയപ്പെടുത്തുകയേയുള്ളു. അതുകൊണ്ട് തന്നെ കുട്ടിയുടെ ഇഷ്ടങ്ങളിൽ മമ്മിയില്ല.

“മോളെ പപ്പയ്ക്കിന്ന് ഓഫീസിൽ ഒരുപാട് ജോലിയുള്ളതാ. ജോലിയൊക്കെ തീർത്തു പപ്പ നേരത്തെ എത്താം.”

അവധിക്കാലമാണ്. കുട്ടിയുടെ കളിയിലും ചിരിയിലുമൊക്കെ കൂട്ടുപോവാൻ അവൾക്കു പപ്പയെ വേണം. മമ്മിക്ക് അങ്ങനെയൊരു മനസ്സേയില്ല. മമ്മിയുമായി കുട്ടിക്കെപ്പോഴുമൊരു അകല്ചയുണ്ട്. ഗൗരവത്തിന്റെയും ഭയത്തിന്റെയും.

കുട്ടി ചിലപ്പോഴൊക്കെ അവളുടെ നഴ്സറിക്ലാസിലെ മിസ്സിനെ വീട്ടിൽ അനുകരിക്കും. പപ്പയുടെ സാന്നിദ്ധ്യത്തിലാവും അനുകരണം. അപ്പോൾ പപ്പയും ഒഴിഞ്ഞ കസേരകളുമാവും വിദ്യാർത്ഥികൾ.

കുട്ടിയുടെ അനുകരണമൊക്കെ കണ്ടു പപ്പ ഉച്ചത്തിൽ ചിരിക്കുമ്പോൾ കുട്ടി ‘സൈലൻസ് പ്ലീസ്’ പറയും.

ബൈക്ക് സ്റ്റാർട്ട് ചെയ്തു നിരത്തിലേക്ക് ഇറങ്ങുമ്പോഴും കുട്ടി കരച്ചിലടക്കിയിരുന്നില്ല.

ഉച്ചനേരത്താണു വെളുത്തുചുവന്ന ഒറ്റമേൽക്കണ്ണുള്ള വണ്ടി വീട്ടുമുറ്റത്തു വന്നുനിന്നത്. കുട്ടി കൗതുകം നിഴലിക്കുന്ന കണ്ണുകളോടെ ആ വണ്ടിയെ നോക്കുമ്പോൾ വണ്ടിയുടെ പിൻവാതിൽ തുറന്നു കുറച്ചാളുകൾ പപ്പയെ എടുത്തുകൊണ്ടുവന്നു വീടിനകമെ കിടത്തി.

പപ്പ കണ്ണടച്ചു കിടക്കുകയാണ്.

ചുറ്റും കൂടി നിന്നവരൊക്കെ കരയുകയാണ്. പാവം പപ്പ ഉറങ്ങുക

യല്ലെ? കുട്ടി പപ്പയെ കുറെ വിളിച്ചു, പക്ഷേ, പപ്പ കണ്ണുതുറന്നില്ല. ഇന്നലെ രാത്രിയിലെ ഉറക്കം ശരിയാവാത്തതുകൊണ്ടാവും പപ്പ ഇങ്ങനെ ഉറങ്ങുന്നതെന്നു കുട്ടി ധരിച്ചു.

വീട്ടുമുറ്റത്തു നീല പ്ലാസ്റ്റിക് താർപ്പായകൊണ്ടുള്ള പന്തലുയർന്നു. പന്തലിനു കീഴെ കസേരകൾ നിരന്നു. കസേരയിൽ ആളുകൾ ഇരിക്കുന്നു.

ആളുകളിൽ ചിലർ കുട്ടിയെ അടുത്തുവിളിച്ചു സ്നേഹത്തോടെ അവളുടെ തലമുടിയിലും പുറത്തും തലോടി. കുട്ടി നിശ്ശബ്ദം അവരുടെ സ്നേഹപ്രകടനങ്ങൾക്ക് നിന്നുകൊടുത്തു.

വൈകുന്നേരമായപ്പോഴേക്കും ആളുകൾ ഉറങ്ങുന്ന പപ്പയേയും ചുമന്നുപോവുന്നതു കണ്ടു കുട്ടിക്കു സങ്കടം സഹിക്കാനായില്ല.

"പപ്പാ... പപ്പാ..."

കുട്ടി സങ്കടങ്ങളിൽ നനഞ്ഞു വിളിച്ചു.

പക്ഷേ, ആളുകൾ കുട്ടിയുടെ ഈ വിളിയെയോ സങ്കടത്തെയോ ഗൗനിച്ചില്ല, തന്റെ പപ്പയെ എങ്ങോട്ടേക്കാവും കൊണ്ടുപോവുന്നതെന്നും കുട്ടി ചിന്തിച്ചു.

മമ്മി കുട്ടിക്കു പപ്പയുടെ തകർന്ന ബൈക്കിന്റെയും കണ്ടെയ്നറിന്റെയും നിറചിത്രം പത്രത്തിൽ കാട്ടിക്കൊടുത്തെങ്കിലും കുട്ടി അതൊന്നും വിശ്വസിച്ചതേയില്ല.

കുട്ടിക്കറിയാം തന്നെ തനിച്ചാക്കി പപ്പ എങ്ങോട്ടും പോവില്ലെന്ന്.

ഗെയ്റ്റിന് അപ്പുറത്തെ വാഹനബഹളങ്ങളിലേക്കു കാതുകൊടുത്തു കുട്ടി കാത്തിരിക്കുകയാണ് പപ്പ വരാൻ..

കുട്ടി കാണുന്ന കിനാവിലൊക്കെയും പപ്പ പറയുന്നതു തിരികെ വരാമെന്നുതന്നെയാണ്.

കുടുംബകം

ഇക്കുറി വെക്കേഷൻ ചെലവഴിക്കുവാൻ നാൻസി പോയത് അവളുടെ ചേട്ടത്തിയുടെ വീട്ടിലേക്കാണ്.

അവളിങ്ങനെ പോകുമ്പോൾ അരുതാത്ത ഏതോ ചിന്തകളിലായിരുന്നു അവളുടെ ഭർത്താവ് ജയിംസ് ജോസഫ്.

അയാളിങ്ങനെയൊക്കെ ചിന്തിക്കുവാൻ നിർബ്ബന്ധിതനാകുകയായിരുന്നു എന്നതല്ലേ ശരി.

സത്യത്തിൽ അയാൾ ചിന്തിക്കുമ്പോലെയൊക്കെ ആയിരുന്നല്ലോ നാൻസി.

ഈ ജന്മത്തിലെന്നല്ല അടുത്ത ജന്മത്തിലും അയാൾ ഭാര്യയായി സ്വീകരിക്കുക നാൻസിയെയാകും. അത്രയ്ക്കിയ്ഷ്ടമാ അയാൾക്ക് നാൻസിയോട്.

രോഗങ്ങളുടെയും ദുരിതങ്ങളുടെയും തുടർച്ചകളിൽ ഓർക്കാപ്പുറത്തൊരു വേർപാടാകും തന്റേതെന്ന് നാൻസി അയാളെ ഓർമ്മപ്പെടുത്തുമ്പോഴൊക്കെ കണ്ണും മനസ്സും നിറഞ്ഞ് കരയുകയാവും ജയിംസ്.

നാൻസിക്ക് അഞ്ചു സഹോദരിമാരാണ്. രണ്ട് പൊന്നാങ്ങളമാരും.

ജയിംസ് തന്റെ കുടുംബത്തെ വിശേഷമോർത്തു. പരസ്പരപൂരകമല്ലാത്ത പദപ്രശ്നങ്ങളോ ഭൂഖണ്ഡങ്ങളോ മാതിരി നാലു സഹോദരിമാർ, രണ്ടു സഹോദരന്മാർ,സ്വൈരക്കേടിന്റെ നിത്യ ഭ്രാന്തുമായി അമ്മയും. പോരെ പൂരം.

ഒരു ഉച്ചനേരത്താണ് അയാൾ ഓഫീസിൽനിന്ന് ചേട്ടത്തിയുടെ വീട്ടിലേക്ക് നാൻസിയുടെ ഫോണിൽ വിളിക്കുന്നത്.

ഫോണെടുത്തത് ചേട്ടത്തിയുടെ ഭർത്താവാണ്. പിന്നെ റിസീവറിനപ്പുറം നാൻസി...

അവളുടെ സ്വരത്തിൽ മുമ്പെങ്ങുമില്ലാത്ത ഒരുതരം സംഭ്രമം

അയാൾക്ക് പിടികൊടുക്കുന്നത്ര വ്യക്തതയിൽ...

"മോനോ" "അവൻ പുറത്തു കളിക്കുന്നു"

"ചേട്ടത്തിയോ" "കിടക്കുന്നു"

ചേട്ടത്തിയുടെ ഭർത്താവും നാൻസിയും. എന്തൊക്കെ ആഭാസങ്ങളാണ് തന്റെ മനസ്സ് സങ്കല്പിച്ചെടുക്കുന്നത്.

ചേട്ടത്തിയുടെ ഭർത്താവ് തന്നേക്കാൾ മാന്യനാണ്,സൗമ്യനാണ്, സ്നേഹപരമല്ലാത്തതൊന്നും അയാളിൽനിന്നും പ്രതീക്ഷിക്കേണ്ടതില്ല. എന്നിട്ടും...

ഇന്നലെ ചേട്ടത്തിയുടെ വീട്ടിലാണ് അയാൾ ഉറങ്ങിയത്. ചേട്ടത്തിയും ഭർത്താവും രണ്ടാൺമക്കളും സ്നേഹത്തിന്റെ ആൾരൂപങ്ങളായി അയാൾക്കു ചുറ്റും. ആ വീട്ടിലെന്നും സ്നേഹത്തിന്റെ ഉത്സവമാണ്.

നാൻസി പറയുന്നു: "ശരീരമൊക്കെ വല്ലാണ്ട് വേദനിക്കുന്നു" അന്നേരവും അശാന്തമാർന്ന ചിന്തകളിലാവും അയാൾ. നാൻസി ഇന്ന് അയാളുടെ അടുത്തേക്ക് വരും. അന്നേരം സംശയത്തിന്റെ വാതിലുകളൊക്കെ അവൾക്ക് മുമ്പാകെ തുറന്നാലോ?

വേണ്ട, അബദ്ധമാകുമത്. എന്നാലുമൊരു കഥാകാരന്റെ വിധിയേ.

അയാൾക്ക് ജീവിതത്തെ നേർപ്പടി എഴുതാനാകില്ലല്ലോ. അങ്ങനെ എഴുതിയാൽ അതു കഥയുമാകില്ല.

ജെയിംസ് എഴുതുന്നതൊക്കെ നാൻസി വായിക്കാറുള്ളതാണ്. പക്ഷേ, ഈ കഥ അവളെങ്ങനെയാകും വായിക്കുക.

കുമിളകൾ

അച്ഛന്റെ ഉച്ചത്തിലുള്ള സംസാരം കേട്ടാണ് ഉണർന്നത്. പുറത്തെ മഴയിലേക്ക് ഇറങ്ങുമ്പോൾ അച്ഛൻ പറയുന്നത് കേട്ടു. "അവർ രാവിലെ എത്തുമെന്നാണ് പറഞ്ഞിരിക്കുന്നത്."

അമ്മയും നേരത്തെ ഉണർന്നിരിക്കുന്നു. സാധാരണ ഉച്ചയോടടുപ്പിച്ചാകും അവർ ഉണരുക. ഉണർന്നാലുടൻ ചായ കിട്ടണം. അല്ലെങ്കിൽ വഴക്കും ശകാരവുമൊക്കെയാവും.

എഴുന്നേറ്റ് അടുക്കളയിലേക്ക് നടന്നു. അമ്മയ്ക്ക് ചായ തയ്യാറാക്കേണ്ടേ? മെയ്യനങ്ങിയൊന്നും ചെയ്ത് ശീലമില്ലല്ലോ.

കുറച്ച് കഴിഞ്ഞപ്പോൾ അച്ഛൻ എത്തി. മഴയിൽ മുണ്ട് പാതി നനഞ്ഞ്, വിറച്ചുകൊണ്ട്. വലതുകൈയിൽ തൂക്കിപ്പിടിച്ചിരുന്ന പ്ലാസ്റ്റിക് സഞ്ചിയും നനഞ്ഞിരുന്നു. സഞ്ചിയിൽ വരുന്നവർക്ക് വിളമ്പാനുള്ള പലഹാരങ്ങളാകും. ഇതൊക്കെ ആരുടെയെങ്കിലും കൈയിൽനിന്നും വായ്പ വാങ്ങിയതുകൊണ്ട് സംഘടിപ്പിച്ചതാകും. അല്ലാതെ അച്ഛന്റെ കൈയിലൊന്നും ശേഷിച്ചിരിപ്പില്ലല്ലോ. മാസംതോറും കിട്ടുന്ന പെൻഷൻ നിത്യ ചെലവിനുപോലും തികയില്ല. ചിലപ്പോഴൊക്കെ ഒരു സിഗരറ്റ് വലിക്കാൻ പോലും അച്ഛൻ ബുദ്ധിമുട്ടുന്നത് കാണാം. പാവം അച്ഛൻ, തനിക്കു വേണ്ടി എത്രയോ കഷ്ടപ്പെടുന്നു.അച്ഛനെക്കുറിച്ചോർക്കുമ്പോഴൊക്കെ കണ്ണുകൾ നിറയാൻ തുടങ്ങും.

പിന്നെയുള്ളത് ഒരു ഏട്ടനാണ്. രാത്രിയാണ് ഏട്ടനുജോലി. രാവിലെ ഉറക്കച്ചടവുള്ള മുഖവുമായി വന്ന് കയറും. ഉടുത്തതുപോലും മാറാൻ നേരമുണ്ടാകില്ല, കിടക്കയിലേക്ക് ചരിയാൻ. ഇതിനിടയിൽ എന്തെങ്കിലും കഴിച്ചെങ്കിലായി. പകൽ മുഴുക്കെ ഉറക്കം. അങ്ങനെ പകൽ രാത്രിയും രാത്രി പകലുമാകുന്നു ഏട്ടന്.

വല്ലപ്പോഴുമെത്തി ലഭിക്കുന്ന ഒഴിവ് ദിവസങ്ങളിൽ രാവേറെ ചെല്ലു

ന്നതുവരെ ഏട്ടനെന്തോ വായിക്കുന്നതും കുത്തിക്കുറിക്കുന്നതുമൊക്കെ കാണാം. ഏട്ടന് നിരാശയാണ്. എഴുതുന്നതൊന്നും അച്ചടിച്ച് വരുന്നില്ലെന്ന് പറഞ്ഞ്, ദിവസവും പോസ്റ്റ്മാനെ ചോദിക്കും. ഏട്ടൻ ഞങ്ങളോട് ആകെ ചോദിക്കുന്നത് ഇതാണ്. വന്നില്ലെന്ന് പറയുമ്പോഴുള്ള ഏട്ടന്റെ മുഖഭാവം..

എഴുതുന്നത് മടങ്ങിവന്നാൽ ഏട്ടനിരുന്നത് കരയുന്നതു കാണാം. ഒരു പക്ഷേ, അന്ന് ഭക്ഷണവും കഴിച്ചില്ലെന്ന് വരും.

ഏട്ടനെന്തിനാകും ഈ കാര്യത്തിലൊക്കെ ഇത്രയധികം വേദനിക്കുന്നതെന്ന് ആലോചിച്ചിട്ടുണ്ട്.

രണ്ട് മാസത്തോളമാകുന്നു ഏട്ടൻ വീട്ടിലെന്തെങ്കിലും തന്നിട്ട്. മനഃപൂർവ്വമാകില്ലെന്ന് അറിയാം. ചോദിച്ചാൽ, കിട്ടിയാൽ ഇവിടെത്തരാതെ എവിടെയാ കൊണ്ടുപോയി കൊടുക്കുക എന്നാകും ഉത്തരം.

ഏട്ടനും അച്ഛൻ പെണ്ണിനെ തിരക്കുന്നുണ്ട്. പക്ഷേ, ഈ കാര്യത്തിലൊക്കെ ഏട്ടന് വല്യ വല്യ സങ്കല്പങ്ങളാ ഉള്ളത്, പെണ്ണ് കാഴ്ചയിൽ സുന്ദരിയാകണം. ബിരുദമുണ്ടായിരിക്കണം. അതിനൊക്കെ തക്ക എന്തു യോഗ്യതയാ ഏട്ടനുള്ളത്? പത്താംതരംപോലും പാസാകാത്ത വിദ്യാഭ്യാസം, സൗന്ദര്യവും കമ്മി. സ്വന്തമെന്ന് പറയാൻ ഒരു വീടുപോലുമില്ല. അത്രയൊന്നും തൃപ്തികരമല്ലാത്ത ഒരു ജോലിയും. നിത്യച്ചെലവിനാണെങ്കിൽ നന്നെ നരകിക്കേണ്ടി വരുന്നു. വല്ലപ്പോഴുമെത്തി പത്രത്തിൽ പേരച്ചടിച്ച് വരുന്നതാകുമോ ഏട്ടൻ ഉദ്ദേശിക്കുന്ന യോഗ്യത.

രക്ഷയുടെ കരകാണണമെന്ന് ആഗ്രഹമുള്ളതുകൊണ്ട് ഗൾഫിൽ പോകണമെന്നൊക്കെ ഏട്ടനെ ഉപദേശിച്ചു നോക്കി. എല്ലാവരുംകൂടി തന്നെ ഒറ്റപ്പെടുത്തുന്നുവെന്ന ഭാവമാകും അപ്പോൾ ഏട്ടന്.

വർഷങ്ങൾ നീണ്ട അദ്ധ്വാനത്തിനിടയിൽ അച്ഛനുമൊന്നും നേടാനായില്ലല്ലോ, നാട്ടുകാരുടെയും സഹപ്രവർത്തകരുടെയും ബഹുമാനമല്ലാതെ.

"ഇക്കാര്യവും എങ്ങനെയൊക്കെയാകുമോ ആവോ?"

അങ്ങനെയൊന്നും പറയല്ലെ ലക്ഷമിയെന്ന് അമ്മയോട് പറയുമ്പോൾ അച്ഛനിപ്പോൾ കരയുമെന്ന് തോന്നി. പ്രതീക്ഷിച്ചപോലെ അവർ വന്നില്ല. അവർക്ക് വേറെ ഏതോ കാര്യം തരമായിട്ടുണ്ടത്രേ.

അനുഭവങ്ങൾ ഇത്രയേറെ ക്രൂരമായിരുന്നിട്ടും എല്ലാം ദൈവഹിതം എന്നാകും അച്ഛൻ വിശ്വസിക്കുക. വീട് ഇപ്പോൾ നിശ്ശബ്ദമാകുന്നു. ഒരു മരണഗൃഹത്തിന്റെ ഛായയാണ്, ഇപ്പോൾ വീടിന്.

"സമയമായിട്ടുണ്ടാകില്ല...."

ഓരോ കാര്യങ്ങളുടെയും ഒടുവിൽ അച്ഛൻ പറയാറുള്ളത്, തന്നെ തന്നെ സ്വയം ആശ്വസിപ്പിക്കാനെന്നവണ്ണം.

കിനാവുകൾ

അവൾക്ക് പൂച്ചക്കണ്ണുകളും സ്വർണ്ണത്തലമുടിയുമാണ് ഉണ്ടായിരുന്നത്. വിദേശികളെ ഓർമ്മപ്പെടുത്തുന്ന തൊലിമിനുപ്പും.

നാഫില അവളുടെ പ്രകൃതം കൊണ്ടെന്നപോലെ കുസൃതികൾ കൊണ്ടും മറ്റു കുട്ടികളിൽനിന്നും വ്യത്യസ്തയായിരുന്നു.

ഞങ്ങൾ അദ്ധ്യാപകർക്കും സഹവിദ്യാർത്ഥികൾക്കുമൊക്കെ നാഫില ഇല്ലാത്ത ക്ലാസ്മുറി സങ്കലപിക്കാനേയാവില്ല. അത്രയേറെ ആഹ്ലാദകരമായിരുന്നല്ലോ ഞങ്ങൾക്കവളുടെ സാന്നിദ്ധ്യം.

"മാഷേ, ഈ ആകാശമൊക്കെ കീഴെയും ഭൂമി മേലെയുമായാൽ കാണാനെന്ത് രസമാകും. ആളുകളും കാറും ബസുമൊക്കെ തലകീഴായങ്ങനെ നീങ്ങുക. മലയൊക്കെ മുഴുത്ത കുരു പോലെ. മഴ താഴെനിന്ന് മേലോട്ട്.." ഒരിക്കലവൾ പറഞ്ഞു.

അവളിത്രയും പറഞ്ഞതും ക്ലാസ് മുഴുവൻ ചിരിക്കുകയായിരുന്നു. ഗൗരവമൊക്കെ വെടിഞ്ഞ് താനും അന്നാ ചിരിയിൽ പങ്ക് കൊള്ളുകയായിരുന്നു.

"കൊള്ളാമല്ലോ നാഫിലേ നിന്റെ കിനാവുകൾ"

"അല്ല മാഷേ, എന്നുമൊരു കാഴ്ച തന്നെയായാലത് ബോറല്ലേ?"

അപ്പോ ക്ലാസ് ലീഡർ അബുൽ ഹസ്സൻ എഴുന്നേറ്റ്നിന്ന് പറഞ്ഞത്. ത്, മാഷേ നാഫിലയ്ക്ക് വട്ടാണെന്നാണ്.

അന്നവൾ കരഞ്ഞുകൂട്ടിയതിന് കണക്കില്ല.

അന്ന് താൻ ഹസ്സനെ കുറെ ശകാരിച്ചു. ഹസ്സൻ ക്ലാസിലെ മിടുക്കനായ കുട്ടിയാണ്. പോരാത്തതിന് ക്ലാസ് ലീഡറും.

എന്നുമൊരു കാഴ്ചയായതുകൊണ്ടാവണം നാഫില ഒരിക്കലീ ലോകത്തോട് തന്നെ പിണങ്ങിപ്പോയത്.

അന്ന് പ്രിയപ്പെട്ടവരാരോ മരിച്ചപോൽ താനെത്രയോ കരഞ്ഞു....

ആരായിരുന്നു തനിക്ക് നാഫില? പ്രിയപ്പെട്ട ശിഷ്യയോ, പിറക്കാതെപോയ കുഞ്ഞനിയത്തിയോ.

പിന്നൊരിക്കൽ അവളുടെ ഉമ്മ ക്ലാസിൽ വന്ന് പറഞ്ഞു."വീട്ടിലെത്തിയാൽ ഈ കുട്ടിക്ക് വായിൽ നാവുണ്ടോയെന്ന് സംശയം തോന്നും മാഷേ.."

"എന്നാലും മാഷെക്കുറിച്ച് പറയുമ്പോ അവൾക്ക് ആയിരം നാവാ..."

എന്തേ ഇപ്പോൾ നാഫിലയെക്കുറിച്ചോർക്കാൻ...

രാത്രി ഒരുപാട് വൈകിയിരിക്കുന്നല്ലോ.

എന്റെ നെഞ്ചകവും ശക്തിയായി വേദനിക്കുന്നുണ്ടല്ലോ.

താനും നാളെ ആരുടെയൊക്കെയോ ഓർമ്മകളിൽ..

ഇല്ല. എനിക്കിനി ഒരു വരിപോലും എഴുതാനാകില്ല. മാപ്പ് വായനക്കാരാ. മാപ്പ്...

ഈ കഥയ്ക്കോ എനിക്കോ ഇങ്ങനെയൊരന്ത്യം ഞാനൊരിക്കലും പ്രതീക്ഷിച്ചിരുന്നതുമല്ലല്ലോ.

സ്വസ്ഥതകളില്ലാതെ

അന്നയേടത്തി ഞങ്ങളുടെ വീട്ടിൽ വരുന്നത് അച്ഛന് തീരെ ഇഷ്ട മായിരുന്നില്ല. അവരെ കാണുമ്പോഴേ അച്ഛൻ അനിഷ്ടത്തിന്റെ മുഖം കാട്ടുവാൻ തുടങ്ങും.

അച്ഛനങ്ങനെയാണ്. ഒന്നും ഉള്ളിലടക്കുവാൻ അറിയില്ല. ഇതൊക്കെ ത്തന്നെയാകുമോ അച്ഛന്റെ പരാജയവും.

പക്ഷേ, അമ്മ അങ്ങനെയല്ല. അന്നയേടത്തിയെ കാണുമ്പോഴേ അവ രുടെ വിശേഷങ്ങളുടെ അനാർഭാടതയിലേക്ക് അമ്മ ഒരായിരം നാവുമായി കടന്നുകൂടും.

"എനിക്കെന്ത് വിശേഷം അമ്മേ?"

തെളിച്ചമില്ലാത്ത ഒരു ചിരിയോടെ അന്നേരം അന്നയേടത്തി ചോദി ക്കും.

പിന്നെ മകന്റെ ഭ്രാന്തിനിപ്പോഴും ഭേദമൊന്നുമില്ലെന്നും കഴിഞ്ഞദി വസംകൂടെ അവൻ വീടുവിട്ടുപോയെന്നും അവർ പറയും.

പാവം അന്നയേടത്തി.

ഒരേയൊരു മകൻ.

പക്ഷേ, അവനിപ്പോഴും അബോധത്തിന്റെ തടവിലാണുള്ളത്.

ആശയോടെ വളർത്തിയത് ആശയറ്റതുപോലെ...

ഒക്കെ ഉടയതമ്പുരാൻ വിധിക്കുന്നതല്ലേ. അനുഭവിക്കാതൊക്കുമോ.

മദ്ധ്യാഹ്ന വെയിലിലെ കൊടുംചൂടിൽനിന്ന് ശരീരമാകെ വിയർത്തൊ ലിച്ചാകും അന്നയേടത്തി മിക്കവാറും ഞങ്ങളുടെ വീട്ടിലേക്ക് വരിക.

ഞങ്ങളുടെ വീട്ടിൽനിന്ന് തന്നെയാകും അവർ അവരുടെ പട്ടിണിയും പങ്കപ്പാടുമൊക്കെ പറഞ്ഞുകൊണ്ട് മറ്റു വീടുകളിലേക്ക് പോകുക.

സങ്കടങ്ങളിൽ നനയാത്ത അന്നയേടത്തി..

അതെന്റെയും അമ്മയുടേയുമൊക്കെ സാക്ഷാൽക്കരിക്കാത്ത കിനാ

വാണ്.

ദൈവം അവർക്ക് ഇങ്ങനെയൊരു ജന്മമാകും നിശ്ചയിച്ചിട്ടുണ്ടാകുക.

ഉച്ചയ്ക്കലത്തെ ഊണിനുശേഷം അമ്മയ്ക്കും അച്ഛനുമൊക്കെ ഒരു സുഖനിദ്ര പതിവുണ്ട്. ഈ സമയം ഞാനെന്റെ മുറിയിലൊരു സിഗരറ്റുമായി...

ഇങ്ങനെയൊരു സമയത്താണ് അന്നയേടത്തി എന്റെ മുറിയിലേക്ക് കടന്നുവന്നത്.

ഞാൻ വലിച്ചുകൊണ്ടിരുന്ന സിഗരറ്റ് മുറിയിലെ വലിയ ജനാലയിലൂടെ വല്ലാത്തൊരു നിരാശയോടെ പുറത്തേക്ക് എറിഞ്ഞിട്ട് അന്നയേടത്തിയെ അഭിമുഖീകരിക്കാൻ തയ്യാറായി.

ഈ ക്രിയ പിന്നീടെന്നെ എത്രയോ കുറി വിസ്മയപ്പെടുത്തിയിരിക്കുന്നു. ഞാനെന്തിന് അന്നയേടത്തിയെ ബഹുമാനിക്കണം. അവരെന്റെ വീട്ടിലെ ഭൃത്യ മാത്രമല്ലേ?

ചിലപ്പോഴൊക്കെ അനിഷ്ടമുള്ളവരേയും ബഹുമാനിച്ചുപോകും.

"ഉണ്ണീ, ഉണ്ണി കരുതണുണ്ടോ ഞാൻ ഉണ്ണീടെ അച്ഛൻ പറയുംപോലെയൊക്കെയാണെന്ന്?"

ഞാൻ ആണെന്നോ അല്ലെന്നോ മറുപടി പറഞ്ഞില്ല.

അന്നയേടത്തി പറയുന്ന കാലത്തൊന്നും ഞാൻ ജീവിച്ചിരുന്നിട്ടില്ല. പിന്നെ ഒരച്ഛനെ മകന് എത്രത്തോളം അവിശ്വസിക്കാമെന്നും എനിക്കറിയില്ല.

അതുകൊണ്ട് തന്നെ നിസ്സഹായനായി ഒരുതരം നിർബ്ബന്ധതയോടെ ഞാനവരെ കേൾക്കുകയായിരുന്നു.

പിന്നെ അവർ തന്നെ എന്റെ കേൾവികളിൽ അതൃപ്തയെന്നമട്ടിൽ പോകുകയായിരുന്നു.

മഴ തോരാതെ പെയ്തുകൊണ്ടിരുന്ന ഒരു മദ്ധ്യാഹ്നം.

അമ്മയ്ക്കുള്ള അപ്പുവൈദ്യരുടെ മരുന്നുമായി വീടിന്റെ പടികയറി വരികയായിരുന്നു അച്ഛൻ. അന്നേരമാണ് അമ്മ നടുവകത്ത് കുഴഞ്ഞ് വീണത്. പിന്നെ അമ്മ ഉണർന്നില്ല. ഉണർച്ചകളില്ലാത്ത ലോകത്തേക്ക് അമ്മ പോയി.

"ഉണ്ണി... അമ്മ"

അച്ഛനന്ന് ജവിതത്തിലാദ്യമായി എന്നെ കെട്ടിപ്പിടിച്ച് കരഞ്ഞു.

അന്നും അന്നയേടത്തി വന്നത് വിയർത്ത് കുളിച്ചമാതിരി മഴയുടെ നനവുകൾ ശരീരത്തിൽ ശേഷിപ്പിച്ചുകൊണ്ടാണ്. സ്വന്തം അമ്മ മരിച്ചപോലെയാണ് അവർ കരഞ്ഞതും.

അമ്മയുടെ മരണശേഷം അച്ഛൻ സംസാരം മറന്ന ഒരാളെപ്പോലെയായി. എന്തിനാ ഞാനിനി ജീവിക്കുന്നതെന്നാ അച്ഛൻ എല്ലാവരോടും ചോദിക്കുക.

അന്നയേടത്തിയും വീട്ടിൽ വരുന്നത് അപൂർവ്വമായി.

അതുകൊണ്ട് തന്നെ അവരുടെ വിശേഷങ്ങളും അറിയാതെ പോയി.

പിന്നെയാരോ പറഞ്ഞ് ഞാനറിഞ്ഞിരുന്നു. അവരുടെ ഭ്രാന്ത് പിടിച്ച മകൻ വീണ്ടും വീട് വിട്ട് പോയെന്ന്. അന്വേഷണങ്ങൾ ഒത്തിരി നടന്നെങ്കിലും അവനെ കണ്ടെത്താനായില്ലെന്ന്. മകന്റെ അനാഥത്വത്തിൽ വെന്ത് അന്നയേടത്തിക്കും ഭ്രാന്തായെന്ന്.

ഭ്രാന്ത് പിടിച്ച അന്നയേടത്തിയെ കാണാനൊന്നും ഞാൻ പോയില്ല. ഞാനെന്തിന് പോകണം. അവരെന്റെ ആര്?

അച്ഛൻ മരിച്ചപ്പോഴൊന്നും അന്നയേടത്തി വന്നില്ല. വരാതിരുന്നത് മനപ്പൂർവ്വമാകാം. അന്നവർക്ക് ഭ്രാന്തൊന്നുമില്ലായിരുന്നല്ലോ.

ഓരോരോ സമസ്യകൾ.

ഒരു ജന്മം മുഴുവൻ ആലോചിച്ചാലും തീരാത്ത അത്ര സന്ദേഹങ്ങൾ.

സ്വസ്ഥതകളുടേതല്ലാത്ത ലോകത്തുതന്നെ ഞാൻ വീണ്ടും തിരിച്ചെത്തുന്നു.

പുറത്തെ വെയിലിലേക്ക് നോക്കി ആരും വരില്ലെന്നറിഞ്ഞിട്ടും ആരെയോ പ്രതീക്ഷിക്കുംപോലെ ഞാൻ വീടിന് ഇറയത്ത് ഇരുന്നു.

ഓരോ വേവലാതികൾ

കുഞ്ഞുലക്ഷ്മി എന്നായിരുന്നു അവരുടെ പേര്. ഞാൻ കുഞ്ഞുലക്ഷ്മിയെ കാണുന്നത് ഞങ്ങളുടെ ധർമ്മാശുപത്രി വരാന്തയിൽ വച്ചാണ്.

ആൾക്കൂട്ടത്തിനിടയിൽ നിന്നാരോ പറയുന്നത് കേട്ടു. ബോട്ട് ജെട്ടി വിട്ടതിന്ശേഷമാണ് കുഞ്ഞുലക്ഷ്മി കടലിലേക്കെടുത്തു ചാടിയതെന്ന്. പിന്നെ അവരെ രക്ഷിക്കുവാൻ പെട്ടപാട്! നീന്തൽ അറിയാവുന്ന ഒന്നുരണ്ടു പേർ ബോട്ടിലുണ്ടായിരുന്നത് ഭാഗ്യമായി. അല്ലെങ്കിൽ....

ആത്മഹത്യാശ്രമത്തിന് കേസെടുത്ത പൊലീസാണ് കുഞ്ഞുലക്ഷ്മിയെ ആശുപത്രിയിൽ എത്തിച്ചിരുന്നത്.

കുഞ്ഞുലക്ഷ്മി എന്തിനാ ആത്മഹത്യയ്ക്ക് ശ്രമിച്ചത്?.

ഈ ചോദ്യം ഞാനവരോട് ചോദിക്കാതിരുന്നില്ല. അതെന്റെ ജോലിയുടെ ഭാഗം കൂടെയാണല്ലോ, ഞാനെന്നെക്കുറിച്ച് ഇതുവരെ പറഞ്ഞില്ല അല്ലേ?. അതായിരുന്നുവല്ലോ ഞാനാദ്യമേ ചെയ്യേണ്ടിയിരുന്നത്. അതിന് അനുവാചകാ, ഞാനീ കഥയിലെ പ്രധാന കഥാപാത്രമൊന്നുമല്ലല്ലോ. എന്നാലും പറയാം. പരിചയം നല്ലതാണല്ലോ. ഇത്തരം പരിചയങ്ങളുടെ തുടർച്ചയാണല്ലോ എന്റെ ഇപ്പോഴത്തെ പ്രവർത്തനരംഗം ആവശ്യപ്പെടുന്നതും. ഇനി എന്നിലേക്ക്, ഞാൻ അരവിന്ദൻ. സ്ഥലത്തെ പ്രധാന സായാഹ്നപത്രമായ തീഗോളത്തിലെ എല്ലാമെല്ലാം. എന്ന് പറഞ്ഞാൽ പത്രത്തിന്റെ പ്രിന്ററും, പബ്ലിഷറും എഡിറ്ററും, റിപ്പോർട്ടറും വിതരണക്കാരനുമൊക്കെ ഈ ഞാൻ തന്നെ. പക്ഷേ, കുഞ്ഞുലക്ഷ്മിയുണ്ടോ എന്റെയീ ചോദ്യത്തിനു മറുപടി തരുന്നു. അവർ എന്റെ ഈ ചോദ്യം കേൾക്കാനാവാത്ത ഏതോ ലോകത്തായിരുന്നു. അപ്പോഴവരുടെ മുഖത്ത് പ്രകടമായിരുന്ന വികാരം എന്തായിരുന്നു?. പരാജയമോ ഭയമോ വിഷാദമോ?

ഏതോ കുലീന കുടുംബ പശ്ചാത്തലത്തിൽനിന്ന് ഒളിച്ചോടിവന്നതാണ് കുഞ്ഞുലക്ഷ്മിയെന്ന് എനിക്ക് തോന്നാതിരുന്നില്ല. ദുർവൃത്തനും മദ്യപനുമായ ഭർത്താവിനോടുള്ള പ്രതിഷേധം. ആർഭാടങ്ങളുടെ ഓർക്കാപ്പുറത്തുണ്ടായ ശവദാഹം. ആകെക്കൂടെയുണ്ടായിരുന്ന സ്വത്ത് ഭാഗം ചെയ്തപ്പോൾ വേണ്ടപ്പെട്ടവരിൽ നിന്നുണ്ടായ ദുരനുഭവം. ഭർത്താവിന്റെ സുഹൃത്തായി ചമഞ്ഞ് എത്തുന്നവന്റെ കുഞ്ഞുലക്ഷ്മിയിന്മേലുള്ള കാമക്കണ്ണ്. ഇങ്ങനെ കുഞ്ഞുലക്ഷ്മിയുടെ ഒളിച്ചോട്ടത്തോട് ചേർത്ത് വായിക്കാവുന്ന കാരണങ്ങളെത്രയോ ഉണ്ട്. അവരുടെ വേഷത്തിലെ ആർഭാടം തന്നെയത് വിളിച്ചോതുന്നുണ്ട്.

കുഞ്ഞുലക്ഷ്മിയെ പൊലീസിൽനിന്നും മോചിപ്പിക്കുക പ്രയാസമുള്ള കാര്യമല്ല.

എന്നിട്ട് കുഞ്ഞുലക്ഷ്മിയെ വീട്ടിലേക്ക് കൂട്ടിയാലോ എന്നും ഞാനാലോചിക്കാതിരുന്നില്ല. വീട്ടിൽ അമ്മയും ഭാര്യയും മാത്രം. അവർ കുഞ്ഞുലക്ഷ്മിയുടെ സാന്നിദ്ധ്യത്തിൽ പ്രതിഷേധിക്കില്ലെന്നും എനിക്കുറപ്പുണ്ട്.

പക്ഷേ, അപവാദങ്ങൾ. ഈ കാലത്ത് അപവാദങ്ങൾ ഏതൊരു നല്ല കാര്യത്തിനും അനുബന്ധമാണല്ലോ. അപവാദങ്ങളെ ഭയന്ന് ഒരു സത്കർമ്മത്തിൽനിന്ന് പിൻതിരിയുവാൻ ഒക്കുമോ?

അപവാദങ്ങളുടെ അസമാധാനത്തിൽ നിന്നൊരുവിധം രക്ഷപ്പെട്ട് ഞാനെത്തുന്നത് അതിലും ഭീകരമായൊരു ചോദ്യമുഖത്തേക്കാണ്.

കുഞ്ഞുലക്ഷ്മി ഇനിയും ആത്മഹത്യക്ക് ശ്രമിച്ചുകൂടെന്നുണ്ടോ?

അങ്ങനെ സംഭവിച്ചാൽ ഈശ്വരാ, അനാഥമാകുന്നത് ഒരു കുടുംബം. വേണ്ട, കുഞ്ഞുലക്ഷ്മിയെ രക്ഷിക്കുവാനും, ശിക്ഷിക്കുവാനും ഈ നാട്ടിൽ നിയമമുണ്ട്. സമൂഹമുണ്ട്.

പക്ഷേ, കുഞ്ഞുലക്ഷ്മി ഇപ്പോഴും എന്റെ അകമേയുണ്ട്. ഒരു അഭയത്തിനായുള്ള ഒടുങ്ങാത്ത നിലവിളിയോ വേദനയോ ആയി.

സമകാലികം

ഇത് സാവിത്രി അശോകൻ. കവിതയിൽ കലശലായ കമ്പം. കണ്ണട. കണ്ണടയ്ക്ക് പിന്നിൽ വിഷാദം നിഴലിക്കുന്ന കണ്ണുകൾ. മെലിഞ്ഞുണങ്ങിയ ദേഹം. ഇങ്ങനെയൊക്കെയാകണമല്ലോ ഒരു പെണ്ണെഴുത്തുകാരിയുടെ പ്രകൃതവും.

കവിതയിൽ സുഗതടീച്ചറുടെയും, കമലാദാസിന്റെയും വിജയലക്ഷ്മിയുടെയും, സാവിത്രി രാജീവന്റെയും ഒക്കെ റാങ്കിൽ നില്ക്കും അവരും.

നിലവാരം ഉണ്ടെന്ന് പറയാവുന്ന മാസികകളിലും വാരികകളിലുമൊക്കെയാണ് അവരുടെ കവിതകളും അച്ചടിച്ചുവന്നിട്ടുള്ളത്.

പക്ഷേ, ഈയിടയായി അവരൊന്നും എഴുതിക്കാണുന്നില്ല. ആശയദാരിദ്ര്യമാകുമോ ഇത്തരമൊരു ഇടവേളയ്ക്ക് കാരണം. അങ്ങനെയെങ്കിലും അവർ ആദരണീയയാണ്. ജഡതുല്യമായ സൃഷ്ടികളേക്കാളും ഭേദമല്ലേ സർഗ്ഗപരമായ ഇത്തരം ഇടവേളകൾ.

അന്വേഷണമാകാമെന്ന് കരുതി. ഒരു അനുവാചകന്റെ സ്വാഭാവികമായ ജിജ്ഞാസ എന്നൊക്കെ വേണമെങ്കിൽ ഈ അന്വേഷണത്തെക്കുറിച്ച് പറയാം.

സാവിത്രി അശോകനാണെങ്കിൽ എനിക്കത്ര അന്യയുമല്ല. പണ്ടെങ്ങോ ഒരു പത്രത്തിലെ ആർട്ട് പേജിനുവേണ്ടി ഇന്റർവ്യൂ ചെയ്തിട്ടുണ്ട്. പിന്നെയും എവിടെയൊക്കെയോ ഞാനവരെക്കുറിച്ച് എഴുതിയിട്ടുണ്ടെന്നാണ് ഓർമ്മ. അങ്ങനെയൊരു പരിചയത്തിന്മേലാണ് ഞാനവരുടെ വീട്ടിലെത്തുന്നത്.

നഗര ബഹളങ്ങളിൽനിന്നൊക്കെ ഒഴിഞ്ഞ് നിശ്ശബ്ദമായ ഒരിടത്തായിരുന്നു അവരുടെ വീട്. കോളിങ് ബെൽ അതിന്റെ നിയോഗം നിറവേറ്റി. വാതില്ക്കൽ പഴയ പരിചയത്തിന്റെ ഇത്തിരിവെട്ടം നിറഞ്ഞ ചിരിയു

മായി സാവിത്രി അശോകൻ. ഇക്കുറിയും അഭിമുഖത്തിനാണോ വന്നിരിക്കുന്നതെന്നൊരു ചോദ്യം അവരുടെ മുഖത്തുണ്ട്.

ഞാനത് മനസ്സിലാക്കിക്കൊണ്ട് തന്നെ അല്ലെന്ന് തിരുത്തുന്നു. കുശലാന്വേഷണങ്ങളുടെ പതിവ് കഴിച്ച് ഞാൻ നേരെ വിഷയത്തിലേക്ക് അതിന്റെ ഗൗരവതയിലേക്ക് അല്പം തിടുക്കത്തോടെ തന്നെ കടന്നുകൂടുന്നു.

“എന്തുകൊണ്ടാണെന്ന് അറിയില്ല ഈയിടയായി ഒന്നും എഴുതിക്കാണുന്നില്ല. ബോധപൂർവ്വമാണോ ഇത്തരമൊരു ഇടവേള.”

അപ്പോൾ അവരുടെ മുഖത്തു കാണാനായ ചിരി. ആ ചിരിയിൽ ഒരുപാട് വ്യസനങ്ങൾ മുഖം കാട്ടുന്നതായി എനിക്ക് തോന്നി.

“എന്തെങ്കിലും എഴുതിത്തുടങ്ങുമ്പോഴും മകന്റെ വലിട വായാലൊള്ള നിലവിളി. അവനെ എങ്ങനെയെങ്കിലുമൊക്കെ ശാന്തനാക്കുമ്പോഴേക്കും മകൾ കരച്ചിൽ തുടങ്ങിയിരിക്കും. ആ ടെഷനിൽ എഴുതാനുള്ളത്രയും മറന്നിരിക്കും. ഇങ്ങനെ ഒഴിഞ്ഞ കടലാസിനെ നോക്കി ഞാനെത്രയോ കുറി കരഞ്ഞിരിക്കുന്നു.”

“അപ്പോൾ കുടുംബമെന്നൊക്കെപ്പറയുന്നത് ഒരെഴുത്തുകാരിയുടെ സ്വാതന്ത്ര്യത്തിന് പാരതന്ത്ര്യം ഒരുക്കുമെന്നാണോ സാവിത്രി പറഞ്ഞു വരുന്നത്.”

അവരുടെ പറച്ചിലിൽ അനുഭവത്തിന്റേതായ ഒരു സത്യസന്ധതയുണ്ടല്ലോ. അതുകൊണ്ട് തുടർന്നും നമുക്കവരെ കേൾക്കാം. അറിയാം എന്താ.

“എനിക്കിപ്പോൾ ഓർമ്മ വരുന്നത് എന്റെ ആ പഴയകാലമാ. ഊണിനുശേഷം എല്ലാവരും ഉറങ്ങുമ്പോൾ ഞാൻ തറവാട്ടിലെ തട്ടിൻപുറത്തെ മുറിയിലെത്തുന്നു. പിന്നെ എഴുത്തുതന്നെ. രാത്രിയിലും അവസ്ഥ ഇതു തന്നെ. എഴുത്തിന്റെ ലഹരിയിൽ ഞാൻ ചിലപ്പോഴൊക്കെ സന്ധ്യക്ക് വിളക്ക് കൊളുത്തേണ്ടതുപോലും മറന്നിരിക്കും. ഇല്ല, ഇനിയങ്ങനെ കവിതകളുടേതായ പൂക്കാലമൊന്നും എന്റെ ജീവിതത്തിൽ ഉണ്ടാവില്ല. ആ കാലത്താ ജീവിതത്തിലെ പരമമായ ആനന്ദമെന്നൊക്കെ പറയുന്നത് ഞാനനുഭവിച്ചിട്ടുള്ളത്.”

ഏകാന്തതയുണ്ടെങ്കിലെ എന്തെങ്കിലും എഴുതാനാകുവെന്ന് സാവിത്രി.

ഇതൊക്കെ വെല്ലുവിളിയായി സ്വീകരിച്ചുകൊണ്ട് കവിതയിലേക്ക് തന്നെ മടങ്ങിക്കൂടേയെന്ന് ഞാനും.

വെല്ലുവിളി അതൊക്കെ നമുക്ക് പറയാമെന്ന് മാത്രം.

അശോകേട്ടനാണെങ്കിൽ രാത്രി മിക്കവാറും ലക്കുകെട്ടാകും വരിക. പിന്നെ അയാളെ കിടക്കവരെ ചുമക്കണം. പലപ്പോഴും അതിനൊക്കെയുള്ള പ്രതിഫലം തെറിയും കൈയേറ്റവുമാകും. ചിലപ്പോഴൊക്കെ തോന്നും ഈ ജീവിതമങ്ങ് അവസാനിപ്പിച്ചാൽ മതിയെന്ന്. ജീവിതം ഇങ്ങനെയൊരു ശിക്ഷയാകുവാൻ മാത്രം പാപമൊന്നും ഞാൻ ചെയ്തിട്ടില്ല.

"ചോദ്യങ്ങളോ ഉത്തരങ്ങളോ ഇല്ലാത്ത നിശ്ശബ്ദതയാണ് ഇപ്പോൾ ഞങ്ങൾക്കിടയിൽ ഇന്നുമീ മനസ്സിൽ കവിതയുണ്ട്ട്ടോ. അവിടെ കവിതയ്ക്ക് മരണമില്ല. പക്ഷേ..."

അവരുടെ നിറയുന്ന കണ്ണുകൾ.

ആ കണ്ണുകളെ കണ്ടില്ലെന്ന് നടിച്ചോ, ആ കണ്ണുകൾക്ക് നേരെ മുഖം തിരിച്ചോ എനിക്ക് ചോദിക്കണമെന്നുണ്ടായിരുന്നു

"ഇനി എന്നാ സാവിത്രി അശോകൻ ഞങ്ങൾക്കായി ഒരു കവിത എഴുതുക?"

അങ്ങനെ അവരൊരു കവിത എഴുതുമെങ്കിൽ ആ കവിതയൊരു അംഗീകാരത്തോളം ഉയർന്നതാകുമെന്നും എനിക്കുറപ്പുണ്ട്. ഉറപ്പ് മാത്രമല്ലാട്ടോ വിശ്വാസവുമുണ്ട്.

അങ്ങനെ കഴിഞ്ഞൊരുദിവസം അവരൊരു കവിത എഴുതി. രചനാപരമായ മൗനത്തിന് ഒരിടവേള എന്നൊക്കെ പറയില്ലേ. (ഒരു ഫീച്ചറിന് സാദ്ധ്യത ഉണ്ടല്ലേ?) ങാ അതുതന്നെ. സ്വന്തം ജീവിതധൂർത്തിൽ അവർ പൂർത്തീകരിച്ച ആ കവിതയുടെ പേര് മരണം എന്നായിരുന്നു.

എന്നിട്ട് പത്രത്താളുകളിലെ അത്രയൊന്നും പ്രാധാന്യമില്ലാത്ത ചരമക്കോളങ്ങളുടെ മൂലയ്ക്കിരുന്ന് അവർ ചിരിക്കുന്നു. ആ ചിരിയിൽ പ്രകടമായിരുന്നത് വ്യസനമല്ല കൂട്ടുകാരാ ആഹ്ലാദമാണ്. ആരെയൊക്കെയോ തോല്പിച്ച ആഹ്ലാദം.

കഷണ്ടിക്കാരും കണ്ണടക്കാരുമായ നിരൂപകർ പറഞ്ഞത് അവരീമരണത്തിലൂടെ യൂക്കിയാ മിഷിമായേയും, രാജലക്ഷ്മിയേയുമൊക്കെ അനുകരിക്കുവാനാണ് ശ്രമിച്ചിരിക്കുന്നതെന്നാണ്. നമ്മുടെ നിരൂപണത്തിന്റെ സത്യസന്ധതയേ..

അവരുടെ ഭർത്താവായ അശോകൻ എത്രയോ അവാർഡ് കമ്മിറ്റികളെയായി രഹസ്യമായും പരസ്യമായുമൊക്കെകൊണുന്നു. കിട്ടുന്നതിൽ പാതി മുക്കാലെന്നൊക്കെ പറഞ്ഞിട്ടും ആര് കേൾക്കാൻ. അക്കാദമിയെ വരെ ഈ അംഗീകാര ആവശ്യത്തിൽ നിന്നൊഴിവാക്കിയിട്ടില്ല അയാൾ. അവാർഡ് ധനത്തിൽ കണ്ണുവച്ചിട്ടുള്ള അയാളുടെ വിശ്രമമില്ലാത്ത ഈ ഓട്ടങ്ങൾ, വല്ല അവാർഡും തരപ്പെട്ടാൽ പിന്നെ മിനുങ്ങലുകളുടെ തുടർച്ച തന്നെയാകാമല്ലോ അയാൾക്ക്.

അവാർഡ്, അവാർഡ് തറ തന്നെ, സമ്മതിക്കുന്നു (കേട്ടില്ലേ സാഹിത്യരംഗത്തെ പുതിയ വർത്തമാനങ്ങൾ). എന്നാലും ജീവനോടിരിക്കുമ്പോൾ അനാദരിക്കുകയും മരണാനന്തരം ആദരിക്കുകയുമാണല്ലോ നമ്മുടെ രീതി. പിന്നെ അർഹിക്കാത്തവരിലേക്കുള്ള അംഗീകാരങ്ങളുടെ ഒഴുക്ക് കാണേയുള്ള ദെണ്ണവും സങ്കടവുംകൊണ്ട് കൂടിയാ ഇത്രയും പറഞ്ഞത്. പറയുന്നത് സത്യമാണെങ്കിൽ എവിടെയും പറയാമെന്നല്ലേ?

ഇനിയുള്ള കാലം ഏതെങ്കിലുമൊരു അവാർഡിന്റെ സ്നേഹവായ്പ്, വാത്സല്യം സാവിത്രി അശോകനും, അവരത് അർഹിക്കുന്നുമുണ്ടല്ലോ?.

അല്ലെങ്കിൽ വേണ്ട കൂട്ടരേ, അവാർഡുകളുടെ അഴുക്ക്, കിട്ടാത്ത

മുന്തിരിങ്ങ പുളിക്കും. അത് കുറുക്കന് മാത്രമല്ല. ചിലപ്പോഴൊക്കെ മനുഷ്യരായ നമുക്കും.

മരണത്തിലെങ്കിലും സാവിത്രി അശോകനെന്ന കവയിത്രി സ്വസ്ഥയാകട്ടെ, ശാന്തയാകട്ടെ വരുംതലമുറ അവരെ ഓർക്കുന്നത് അവരുടെ സൃഷ്ടികളിലൂടെ മാത്രം മതി. അതല്ലാതെ ഏതെങ്കിലുമൊരു അവാർഡിന്റെ പേരിലാകരുതെന്ന് അവരെ സ്നേഹിക്കുന്ന നിങ്ങൾക്ക് നിർബ്ബന്ധമുണ്ട്.

ഏതെങ്കിലുമൊരവാർഡ് അവർക്ക് കിട്ടിയാൽതന്നെ നാളെ കവിതാരംഗത്തെ കള്ളനാണയമാകുകയെന്ന ശാപം.

ഒരവാർഡും കിട്ടാതെതന്നെ സാവിത്രി അശോകനെന്ന കവയിത്രി കാലത്തോടൊപ്പം നില്ക്കട്ടെ.

അനാഥമായ വീട്

ഒരുദിവസം രാവിലെയാണ് അച്ഛൻ കണ്ണടച്ചത്.

അന്നേരം അമ്മ വീടിന്റെ ഉമ്മറത്തിരുന്ന് പത്രം വായിക്കുകയായിരുന്നു. ചരമപ്പേജാകും അമ്മ പത്രത്തിലാദ്യം വായിക്കുക. ചരമപ്പേജിൽ കാണുന്ന ചെറുപ്പക്കാരുടെ ഫോട്ടോയിലേക്കും പ്രായത്തിലേക്കും നോക്കി അമ്മ കുറേനേരമങ്ങനെ ഇരിക്കും. അപ്പോൾ അമ്മയുടെ കണ്ണുകളും നിറഞ്ഞിരിക്കും.

ഒരു പരിചയവുമില്ലാത്തവരുടെ മരണങ്ങളിൽ അമ്മയിങ്ങനെ വ്യസനിക്കുന്നത് എന്തിനാകുമെന്ന് ആലോചിച്ചിട്ടുണ്ട്.

അപ്പോഴൊക്കെ അമ്മ പറയുക "ഹരീ, അവരും മനുഷ്യരല്ലേ? അവരില്ലാത്ത വീട്ടിലെ അവസ്ഥയൊന്ന് ഓർത്തുനോക്കിക്കേ. എന്തൊക്കെ ആശങ്കകളും പ്രതീക്ഷകളുമാകും വീട്ടുകാർക്ക് അവരെക്കുറിച്ച് ഉണ്ടായിരുന്നിരിക്കുക. അതൊക്കെ..."

പിന്നെ അമ്മ സങ്കടങ്ങളുടെ ആഴങ്ങളിലേക്ക് പിടിവിട്ടുപോകും.

ഏട്ടന്റെ നിലവിളിയാണ് അച്ഛന്റെ മുറിയിൽനിന്ന് ആദ്യം കേട്ടത്. ഏട്ടനെ അച്ഛന് ഇഷ്ടമായിരുന്നില്ല. മൂത്തമകനെങ്കിലും ഒന്നിലുമൊരു ഉത്തരവാദിത്വവുമുണ്ടായിരുന്നില്ല ഏട്ടന്.

അതിരാവിലെ വീട്ടിൽനിന്നിറങ്ങുന്ന ഏട്ടൻ രാത്രി ഒരുപാട് വൈകിയാകും തിരിച്ചെത്തുക. ആരോടും ഉള്ളുതുറക്കില്ല ഏട്ടൻ. പ്രായവും കുറെയായി. ആലോചനകൾ നടക്കുന്നുണ്ടെങ്കിലും വിവാഹമൊന്നും ഇതുവരെ തരമായിട്ടില്ല ഏട്ടന്. ആരുടെയും മുഖത്ത് നോക്കാതെ തലയും താഴ്ത്തി ധൃതിപ്പെട്ടാകും ഏട്ടൻ നടക്കുക.

ഏട്ടനിങ്ങനെ നടക്കുന്നതുകൊണ്ട് പരിസരവാസികൾക്കൊന്നും ഏട്ടനെ ഇഷ്ടമായിരുന്നില്ല.

രണ്ട് ചേച്ചിമാരുണ്ടായതിനെ അച്ഛൻതന്നെ വിവാഹംചെയ്ത് അയച്ചത് ഭാഗ്യമായി. അല്ലെങ്കിൽ അവരുടെ ഭാവി? സ്വന്തമായൊരു വീടുണ്ടായതും....

മരിക്കുംമുമ്പ് അച്ഛന്റെ ശരീരംമുഴുവൻ തളർന്നിരുന്നു. ആരെയും ആശ്രയിക്കുന്നത് അച്ഛന് ഇഷ്ടമായിരുന്നില്ല. എന്നിട്ടും അവസാനകാലത്ത് അച്ഛൻ എല്ലാവരെയും ആശ്രയിച്ചു.

അച്ഛനെന്തൊക്കെയോ പറയാൻ ശ്രമിച്ചിരുന്നെങ്കിലും അച്ഛനൊന്നും പറയാനായില്ല. അതിനുമുമ്പ് വലതുകൈ ഉയർത്തി ആംഗ്യഭാഷയിൽ അച്ഛനെന്തെങ്കിലുമൊക്കെ പറയുമായിരുന്നു. പിന്നെ ആ കൈക്കും സ്വാധീനമില്ലാതായി.

ആശുപത്രികളായ ആശുപത്രികളൊക്കെ അച്ഛനെ കാണിച്ചിരുന്നതാണ്. ആയുർവ്വേദവും അലോപ്പതിയും പരീക്ഷിച്ചു. പക്ഷേ, എല്ലാവരും കൈയൊഴിയുകയായിരുന്നു.

കിടപ്പുമുറിയുടെ മച്ചിൽ കണ്ണുകളെ ഉറപ്പിച്ചുനിർത്തി ശരീരം അനങ്ങാതുള്ള അച്ഛന്റെ കിടപ്പുകണ്ടാൽ സഹിക്കില്ല.

എന്തിനാണിങ്ങനെ കിടന്നിട്ട്?

അച്ഛനെ ദൈവത്തിനങ്ങോട്ട് വിളിച്ചൂടെ എന്നാലോചിച്ച് പോയിട്ടുണ്ട് അച്ഛന്റെ ഈ കിടപ്പുകാണുമ്പോഴൊക്കെ...

അച്ഛന്റെ മരണശേഷം അമ്മ പറഞ്ഞ് കരഞ്ഞിരുന്നതും അച്ഛനൊന്നും പറയാതെ പോയില്ലേ എന്നാണ്.

"അമ്മൂ" എന്ന് അച്ഛൻ അമ്മയെ വിളിച്ചിരുന്നതും എത്ര ഹൃദ്യമായാണ്. ഇനി ആ വിളിയുടെ അനാഥത്വം...

കൊട്ടാനും പാടാനും ചിത്രംവരയ്ക്കാനുമൊക്കെ തനിക്ക് താല്പര്യമുണ്ടായിരുന്നു. അതൊന്നും ഇവിടെ വേണ്ടെന്ന നിലപാടായിരുന്നു ഏട്ടന്. അതുകൊണ്ടതൊക്കെ മറന്നിട്ടിപ്പോളൊരു കടയിൽപ്പോകുന്നത്. രാവിലെ കടയിൽ കയറിയാൽ പിന്നെ രാത്രിയാകും ഇറങ്ങുക. മാസംതോറും കിട്ടുന്നതൊന്നിനും തികയില്ല. ഒരു ജോലി വേണ്ടേ എന്നോർത്ത് പിടിച്ചുനില്ക്കുന്നു.

കിടപ്പിലാകുംമുമ്പ് നടക്കാൻ നന്നെ ബുദ്ധിമുട്ടിയിരുന്നെങ്കിലും വീട്ടിലിരുന്ന് മുഷിയേണ്ടെന്ന് കരുതി അച്ഛൻ കടയിൽപ്പോകും. ഓട്ടോക്കാകും പോക്കുംവരവും. സന്ധ്യയായാൽ അമ്മ നിരത്തിൽ അച്ഛനെ കാത്തുനില്ക്കും.

വീടിനടുത്തുള്ള കുട്ടികൾക്കൊക്കെ കൈയിലുള്ള പലഹാരപ്പൊതി അഴിച്ച് വീതംവച്ചാകും അച്ഛൻ എത്തുക. അച്ഛനിതൊക്കെ വലിയ ആനന്ദമുള്ള കാര്യമാണ്. ഉള്ളത് എല്ലാവർക്കും പങ്കുവച്ച് ജീവിക്കാനായിരുന്നു അച്ഛന് താല്പര്യം.

പരിസരവാസികളോടൊക്കെ അച്ഛൻ കാർന്നോരെപ്പോലെ വിശേഷങ്ങൾ ആരായും. തന്റെ ഹൃദയത്തിൽ നന്മ മാത്രമേയുള്ളൂവെന്ന അർത്ഥത്തിൽ ചിരിക്കും.

പക്ഷേ, അച്ഛനെപ്പോഴും സംശയമായിരുന്നു. കടയിൽനിന്നും ആളുകൾ വാങ്ങിക്കൊണ്ടുപോകുന്നതൊക്കെ അധികമാകുന്നുണ്ടോയെന്ന സംശയം. ഈ സംശയം അച്ഛന്റെ വിധിയായിരുന്നു.

അച്ഛന്റെ ശുദ്ധതയിൽ ആളുകൾക്ക് സംശയമില്ലാതിരുന്നതുകൊണ്ട് കടയിൽ കച്ചവടത്തിന് കുറവുണ്ടായിരുന്നില്ല.

മൂത്ത മകനിൽ വേണ്ടത്ര പ്രതീക്ഷയും വിശ്വാസവുമില്ലാതിരുന്നതുകൊണ്ടാകാം ഇളയമകനായ തന്നോടാണ് അച്ഛൻ തന്റെ വ്യസനങ്ങളും ആഹ്ലാദങ്ങളുമൊക്കെ പങ്കുവച്ചിരുന്നത്.

അച്ഛന് വേറെയും ഭാര്യയും മക്കളുമുണ്ടെന്നാണ് ആളുകൾ പറയുന്നത്.

താനിതൊക്കെ അമ്മയോടൊരുകുറി പറഞ്ഞപ്പോൾ അമ്മ പറഞ്ഞത് "അച്ഛന് നമ്മെപ്പോലെ മറ്റാരെയാ ഹരീ സ്നേഹിക്കാനാവുക" എന്നാണ്.

ശരിയാണ്, അച്ഛൻ ഞങ്ങൾക്കുതരുന്ന സ്നേഹംപോലെ മറ്റാർക്കാ അച്ഛന് ആസ്നേഹം നല്കാനാവുക?

ഇനി അച്ഛനില്ലാത്ത വീട്...

മുറിയുടെ ജനലിലൂടെ അയൽവീട്ടിലെ മാവ് കാണാം. മാവിൻ ശിഖരങ്ങളിൽ കാക്കകൾ നിരന്നിരുന്ന് കരയുന്നുണ്ട്.

കാക്കകളുടെ കരച്ചിലിലേക്ക് മനസ്സുകൊടുക്കുമ്പോൾ താനും വല്ലാതെ വിതുമ്പിപ്പോകുന്നു. അപ്പോൾ മുറിയിലേക്ക് വന്ന ചേച്ചിയും താൻ കരയുന്നതുകണ്ട് കരയുകയായിരുന്നു.

കണാരന്റെ മരണം

ഒരന്തിനേരത്താണ് കണാരൻ കണ്ണടച്ചത്. അയാളുടെ മരണം എന്നെ ഒട്ടും അലോസരപ്പെടുത്തുന്നില്ല. മരിക്കുന്നവർ ഭാഗ്യവാന്മാർ. അവർക്കു ജീവിച്ചിരിക്കുന്നവരെപ്പോലുള്ള വേവലാതികളോ ബാദ്ധ്യതകളോ ഒന്നുമില്ലല്ലോ! യുവത്വത്തിൽനിന്ന് വാർദ്ധക്യത്തിലേക്ക് പ്രവേശിക്കുന്നതേയുണ്ടായിരുന്നുള്ളൂ കണാരൻ. അപ്പോഴാണ് മരണം ക്ഷണിക്കപ്പെടാത്ത അതിഥിയെപ്പോലെ കടന്നുവന്നത്.

വേണ്ടപ്പെട്ടവരെന്നു പറയാൻ ആരുമുണ്ടായിരുന്നില്ല കണാരന്. ആരെങ്കിലും അയാളോട് അച്ഛനെയോ അമ്മയെയോ കുറിച്ചുചോദിച്ചാൽ അയാൾ പിന്നെ കരയാൻ തുടങ്ങും. നീറുന്ന ഓർമ്മയാണ് അയാൾക്ക് അച്ഛനമ്മമാർ. ഭാര്യ കൃഷ്ണവേണിപോലും അയാളെ ഉപേക്ഷിച്ചുപോയത്, ഈയിടെയാണ്. ജീവിതത്തിലെന്നും ഒറ്റപ്പെട്ടുകഴിയാനായിരുന്നു അയാളുടെ വിധി. ഈ വിധിയുടെ നഖപ്പാടുകൾ അയാളുടെ ജീവിതത്തിലൊരിടത്തും കണ്ടെത്താനാവുമായിരുന്നില്ല. പറയത്തക്ക ദുശ്ശീലങ്ങളൊന്നുമുണ്ടായിരുന്നില്ല കണാരന്.

പാചകത്തിൽ കണാരനോളം പോന്നൊരാൾ ഞങ്ങളുടെ ദേശത്തു വേറെ ഉണ്ടായിരുന്നില്ല. അതുകൊണ്ടുതന്നെ എവിടെ സദ്യയുണ്ടോ അവിടെ കണാരനുമുണ്ടാവുമെന്നു തീർച്ച. ഞങ്ങളിൽ ചിലർ കണാരന്റെ ഓർക്കാപ്പുറത്തുണ്ടായ മരണത്തിൽ ഖേദിക്കുന്നുണ്ടെങ്കിൽ അതയാളുടെ പ്രത്യേകതയൊന്നുകൊണ്ടുമാത്രമാകും.

എന്റെ അയൽക്കാരി കത്രീനയേടത്തിയോടു കണാരന്റെ മരണത്തെക്കുറിച്ചു പറയുകയാണ് ഞാനിപ്പോൾ. ഞാനെത്ര പറഞ്ഞിട്ടും അവരത് അവിശ്വസിക്കുകയാണ്. “പുളു പറയാതെ ചെക്കാ, ഞാനിന്നലെക്കൂടി കണ്ടതല്ലേ കണാരനെ. എന്നെ കണ്ടാൽ ലോഹ്യം പറയാതെ പോവില്ല

അയാൾ. ജീവിച്ചിരിക്കുന്നവരെയൊക്കെ മരിച്ചെന്നു പറയാൻ ആരാ ചെക്കാ നിന്നോട് പറഞ്ഞത്. എന്താ കണാരനോട് നിനക്കുവല്ല വിരോധവുമുണ്ടോ?"

"കത്രീനയേടത്തീ ഇന്നലെ കണ്ടവരൊക്കെ ഇന്നു കാണുമെന്നതിന് എന്താണൊരുറപ്പ്?"

അതിനവർക്ക് ഉത്തരമില്ല. ഈ ഉത്തരമില്ലായ്മയിൽ ഞാനവരെ ഉപേക്ഷിക്കുന്നു.

"കണാരന് എലിപ്പനിയായിരുന്നുവെന്നാ പറഞ്ഞുകേൾക്കണത്." മൂസക്കുട്ടി മാഷാണ്.

"അല്ല മാഷേ, എലികളോടൊത്തായിരുന്നോ കണാരന്റെ സഹവാസം?" എന്റെയീ ചോദ്യം ഉത്തരം അർഹിക്കുന്നില്ലെന്ന മട്ടിൽ വിഷയം മാറ്റുകയാണ് മാഷ്. മരിച്ചവർ മരിച്ചു. ഇനി അതേക്കുറിച്ചെന്തു പറഞ്ഞിട്ടെന്തുകാര്യമെന്ന് മാഷ്. അതാ ശരിയെന്നു മാഷിന്റെ കൂടെ വന്നയാളും പറഞ്ഞു.

രണ്ട് അറ്റാക്കു കഴിഞ്ഞു നില്ക്കുകയാണ് മാഷ്. ഉദ്യോഗത്തിൽ നിന്ന് വിരമിച്ചശേഷമാണ് മാഷിനു രണ്ട് അറ്റാക്കുമുണ്ടായതെന്നത് ഭാഗ്യം. മാഷിന്റെ ജീവനു വിലങ്ങുമായി മരണം തൊട്ടുപിറകെ തന്നെയുണ്ടെന്നു പറഞ്ഞാൽ ആരാ വിശ്വസിക്കുക. മരിച്ചവരെ അവിശ്വസിക്കുന്ന സ്ഥിതിക്കു ജീവിച്ചിരിക്കുന്നവരുടെ കാര്യം പറയാതിരിക്കുകയാവും ഭേദം. ഉറക്കെയൊന്നു ചിരിച്ച് വിഷയത്തിൽ തനിക്കുള്ള കഴിവിൽ സ്വയം അഭിമാനിച്ചുകൊണ്ട് തടിതപ്പുകയാണ് മാഷ്.

തിരഞ്ഞടുപ്പ് പ്രവർത്തനങ്ങളുടെ തിരക്കിൽനിന്നാണ് സുശീലൻ വന്നത്. കണാരന് പനി ഉണ്ടായിരുന്നു എന്നത് സത്യം. ആ പനിയും കൊണ്ടാ അയാളിന്നലെയും പണിക്കു പോയത്.

ശേഷം തിരഞ്ഞെടുപ്പ് പ്രവർത്തനങ്ങളുടെ തിരക്കുകളിലേക്ക് തന്നെ തിരിച്ചുപോവുകയാണ് സുശീലൻ. കണാരന്റെ മരണമൊരു കൊലപാതകമാണെന്നൊന്നും സുശീലൻ പറയാതിരുന്നത് ഭാഗ്യം. പറഞ്ഞിരുന്നെങ്കിൽ കണാരന്റെ ആത്മാവ് അവനോട് ക്ഷമിക്കില്ല. കണാരന്റെ പേരിലൊരു ഫണ്ട്. ഫണ്ട് ലക്ഷ്യമാക്കിയൊരു പിരിവ്. ഫണ്ട് ഉദ്ഘാടനത്തിന് ഭരണരംഗവുമായി ബന്ധപ്പെട്ടവരുടെ മഹാസാന്നിദ്ധ്യം. സുശീലൻ വിചാരിച്ചാൽ ഇതൊക്ക എത്രയെളുപ്പം.

അങ്ങനെ കേവലമൊരു കുശനിക്കാരൻ മാത്രമായിരുന്ന കണാരൻ വാർത്തകളിൽ. അയാളുടെ മുഖമുള്ള പോസ്റ്ററുകൾ വഴിനീളെ. ജീവിച്ചിരുന്ന കണാരനെക്കാൾ പ്രശസ്തനാവുന്നു മരിച്ച കണാരൻ. ഇങ്ങനെയൊരു കീർത്തി ജീവിച്ചിരുന്നപ്പോൾ ഉണ്ടായിരുന്നെങ്കിൽ കണാരൻ മരിക്കില്ലായിരുന്നു.

സുശീലൻ തിരക്കിൽ ഇതൊക്കെ പറയാൻ മറന്നതാവുമോ? ഭാവിയിൽ ഇങ്ങനെയൊരു സാഹസത്തിന് അവൻ സന്നദ്ധനായാൽപ്പോലും അത്ഭുതപ്പെടേണ്ടതില്ല. ഇതൊക്കെയാണല്ലോ അവനിപ്പോൾ ജീവിതം,

തൊഴിൽ, വരുമാനം. കണാരന്റെ മരണത്തിലാരും അനുശോചിക്കാനില്ലെന്ന അവസ്ഥ. അയാൾ ജീവിതകാലം മുഴുവൻ അനുഭവിച്ച ആ അനാഥാവസ്ഥയുണ്ടല്ലോ അതുതന്നെ അയാൾ മരിച്ചിട്ടും. കണാരന്റെ മരണമല്ല മരണ പശ്ചാത്തലമാണ് എല്ലാവർക്കും അറിയേണ്ടത്. കത്രീനയേടത്തിപോലും തന്റെ അഭിപ്രായത്തിലെ അയുക്തികതയെ അറിഞ്ഞമട്ടാണ്. കണാരന്റെ മരണത്തെ ആരും നിഷേധിക്കുന്നില്ലല്ലോ. ഈ കഥാന്ത്യത്തിൽ നമുക്ക് പങ്കിടാനാവുന്ന ഏറ്റവുംവലിയ ആശ്വാസവും അതുതന്നെ.

കളി

"കളി തുടങ്ങാമല്ലേ?"

ചോദ്യം ജിജേന്ദ്രന്റേതാണ്.

"കളിയോ" എന്ന ആശ്ചര്യം എന്റേതും.

എല്ലാകാര്യങ്ങൾക്കും കളിയുടെ ഛായയാണ് ഇന്നുള്ളതെന്നും ജിജേന്ദ്രൻ.

ജിജേന്ദ്രന് നല്ല ഉയരമുണ്ട്. അത്രതന്നെ ശരീരപുഷ്ടിയും. ശബ്ദഗാംഭീര്യത്തിലും അയാൾ പിന്നിലല്ല.

പ്രകൃതത്തെ സംബന്ധിക്കുന്ന ഈ വിശേഷണങ്ങൾകൊണ്ടാണ് പലരും അയാളെ ഭയപ്പെടുന്നത്.

അയാൾ കോപിച്ചാൽ ലോകം കുലുങ്ങുമെന്നും അയാൾ സ്നേഹമായിരുന്നാൽ ലോകം ശാന്തമാകുമെന്നും ഞങ്ങൾ പറയും.

അയാൾക്ക് മുന്നിൽ മറ്റൊരാളെ പ്രതിഷ്ഠിക്കാൻ അയാൾ സമ്മതിക്കില്ല.

അങ്ങനെ സംഭവിച്ചാൽ താൻ ദൈവമാണെന്ന് പറഞ്ഞ് അയാൾ ഇടഞ്ഞ കൊമ്പനെപ്പോലെ അലറും.

മൃഗപരിണതിയിൽ നിന്ന് മനുഷ്യപരിണതിയിലേക്കെത്താൻ അയാൾക്ക് പിന്നെ ഒരുപാട് സമയം ആവശ്യമാകും.

അതുകൊണ്ട് അയാളെ മനുഷ്യനിൽനിന്ന് മൃഗത്തിലേക്ക് ഞങ്ങൾ പരിണമിപ്പിക്കാറില്ല.

അങ്ങനെയുള്ള സന്ദർഭങ്ങളെ കഴിയുന്നത്ര ഒഴിവാക്കുകയാണ് ഞങ്ങൾ ചെയ്യുക.

എങ്കിലും ഞങ്ങളുടെ അകമെയുള്ള പകയുടെ കനലുകളെ ഒരു മനോരോഗവിദഗ്ദ്ധനെപ്പോലെ അയാൾ അറിയും.

അയാളുമായുള്ള കൂടിക്കാഴ്ചകളിൽ പകയുടെ കനലുകളെ അതു

കൊണ്ട് തന്നെ ഞങ്ങൾ അണയ്ക്കും.

ജിജേന്ദ്രനൊരു ഭാവമുണ്ട്. ലോകത്തിലുള്ള മനുഷ്യരൊക്കെ തന്റെ യുക്തിയെ പിന്തുടർന്നോളണമെന്ന്.

ഈ ഉലകിൽ മറ്റാർക്കും അയാളോളം യുക്തിയില്ലെന്ന്.

ജിജേന്ദ്രൻ എന്നെ വിളിച്ച് വരുത്തിയിരിക്കുന്നത് നഗരത്തിലെ ജിംനേഷ്യത്തിൽവരുന്ന ഡയാനപോളിനേയും അവരുടെ പ്രിയപ്പെട്ട സ്നേഹിത മിനി ഗോപിനാഥിനേയും ഫോളോ ചെയ്യാനാണ്.

ജിജേന്ദ്രന് അവർ രണ്ട് പേരുമായും രഹസ്യബന്ധം ഉണ്ടായിരുന്നു വെന്നും, ഇപ്പോ അയാളിൽ നിന്നവർ ഒളിച്ച് നടക്കുകയാണെന്നുമാണ്.

ഈ വകയിൽ ഒരുപാട് സ്വർണ്ണവും പണവുമൊക്കെ അവരിരുവരും കൈപ്പറ്റിയിട്ടുണ്ട്.

കണ്ടാൽ ലെസ്ബിയനായി ധരിക്കുമെങ്കിലും അങ്ങനെയൊന്നുമല്ല ഡയാന പോളും മിനി ഗോപിനാഥും.

ഡയാന ഭർത്താവും മിനി ഭാര്യയുമായി കാഴ്ചയിൽ ഫീൽ ചെയ്യു മെങ്കിലും...

“നീ വി.ടി നന്ദകുമാറിന്റെ *രണ്ട് പെൺകുട്ടികൾ* എന്ന നോവൽ വായിച്ചിട്ടുണ്ടോ?” എന്ന് ജിജേന്ദ്രൻ.

“വായിച്ചിട്ടില്ല”

നേര് നേരായി പറയുന്നത് കൊണ്ടാണ് ഞാനിങ്ങനെ പറഞ്ഞത്.

അപ്പോളയാൾ പൊട്ടിച്ചിരിച്ചു.

“ലെസ്ബിയൻസിനെക്കുറിച്ച് ഇത്രയും ഡീറ്റെയിലായി എഴുതപ്പെട്ട വേറൊരു നോവൽ ലോകത്തിലില്ല.”

“ *രണ്ട് പെൺകുട്ടികൾ* എന്ന പേരിൽ പിന്നീടിത് മോഹൻ സിനിമ യുമാക്കിയിട്ടുണ്ട്.”

ആണുങ്ങളെന്ത് ചോദിച്ചാലും ജിജേന്ദ്രൻ കൊടുക്കില്ല. പക്ഷേ, പെണ്ണുങ്ങൾ അതും കാണാൻ കൊള്ളുന്നവർ ചോദിച്ചാലതൊക്കെ ജിജേ ന്ദ്രൻ കൊടുക്കും.

ഇയാളെന്താ ഇങ്ങനെയെന്ന് അകമെ ഒരുപാട് കുറി ഞാൻ ചോദി ച്ചിട്ടുണ്ടെങ്കിലും പുറമെ ഇങ്ങനെ ചോദിക്കാനെനിക്ക് ധൈര്യമുണ്ടായി ട്ടില്ല.

അയാൾ പറയുന്നത് അനുസരിക്കണം. അല്ലെങ്കിൽ ദേഹത്ത് ഉയിര് കാണില്ലെന്നാ ജിജേന്ദ്രൻ പറയുക.

പറഞ്ഞാൽ പറഞ്ഞതിൽ നിന്നൊരടി അയാൾ പിന്നോട്ട് പോവില്ല.

വർഷങ്ങൾക്ക് മുൻപ് നഗരത്തിൽ എത്തുമ്പോൾ ജിജേന്ദ്രനൊരു അത്താഴപ്പട്ടിണിക്കാരനായിരുന്നു. ദേഹത്തെന്നും അഴുക്കുപുരണ്ടൊരു കാവിമുണ്ടും ചെക്ക് ഷർട്ടും.

നഗരത്തിലെ നാടോടികളോടൊപ്പം കടത്തിണ്ണകളിലായിരുന്നു അയാളുടെ കിടപ്പും തീറ്റയും.

ഇന്ന് നഗരത്തിലെ കണ്ണായ സ്ഥലമൊക്കെ അയാൾ വാങ്ങിയിരി

ക്കുന്നു.

മുംബൈയിലെ അധോലോക രാജാവിന്റെ ബിനാമിയാണിയാളെന്ന് പറഞ്ഞ് കേൾക്കുന്നുണ്ട്.

ഇതിലെത്ര സത്യമുണ്ടെന്നൊന്നും നിശ്ചയമില്ല. ഒരുപക്ഷേ, അയാളുടെ വളർച്ച കണ്ട് അസൂയക്കാർ പറയുന്ന പാഴ്വർത്തമാനവും ആകാമിത്.

പക്ഷേ, സുഭിക്ഷതയുടെ ഈ കാലത്ത് പൂർവ്വചരിത്രമാരെങ്കിലും അയവിറക്കിയാൽ അയാൾ മൃഗപരിണതിയിലാകും. പിന്നെ കാട്ടിക്കൂട്ടണതെന്താണെന്ന് അയാൾക്ക് ബോധമുണ്ടാകില്ല.

ഡയാനപോളിനേയും മിനി ഗോപിനാഥിനേയും ഞാൻ ഫോളോ ചെയ്യേണ്ടതൊരു പൊലീസുകാരനെപ്പോലെയാണ്.

അതിനാണ് ഞാൻ പൊലീസുകാരെപോലെ മുടി മുറിച്ചത്. കാക്കി പാന്റിട്ടത്. കാക്കി സോക്സും കറുത്ത കെട്ടുള്ള ഷൂവും ധരിച്ചത്.

പരുഷമായ ഭാഷ പറഞ്ഞ് ശീലിച്ചത്.

അതിരാവിലെ നഗരമദ്ധ്യത്തിലുള്ള ജിംനേഷ്യത്തിൽ ഞാൻ എത്തുന്നുണ്ടെങ്കിലും എന്റെ സാന്നിദ്ധ്യം അറിഞ്ഞോ എന്തോ ഡയാനയും മിനിയും അവിടെ വരാറില്ല.

ഡയാന പോളിന്റെയും മിനി ഗോപിനാഥിന്റെയും ഫോട്ടോ എന്റെ പേഴ്സിൽ ഉണ്ടെങ്കിലും രാവിലെ മുതൽ ജിംനേഷ്യം അടയ്ക്കുംവരെ ഞാനവിടെ ഹാജറുണ്ടെങ്കിലും അവരെ കണ്ടെത്തുവാൻ എനിക്കാകുന്നില്ല.

ജിംനേഷ്യത്തിന്റെ നോട്ടക്കാരനായ ചെറുപ്പക്കാരൻ എന്റെ ആകാരത്തിലേക്ക് ഭയത്തോടെ നോക്കിയിട്ട് പറയുന്നത് ഇങ്ങനെ രണ്ടുപേർ അവിടെ ചെല്ലാറില്ലെന്നാണ്.

ഡയാനയുടെ ഭർത്താവായ പോളിനും മിനിയുടെ ഭർത്താവായ ഗോപിനാഥിനും ഭാര്യമാരെ ഭോഗിക്കാൻ പോലും സമയമില്ലാത്ത അത്ര തിരക്കുള്ളവരാണ്.

ആ ദൗത്യമാണ് ജിജേന്ദ്രനിതുവരെ നിറവേറ്റിയിരുന്നത്. ആ ദൗത്യത്തിനാണിപ്പോൾ ഭംഗം നേരിട്ടിരിക്കുന്നത്.

അതിന്റെ അമർഷത്തിലാണ് ജിജേന്ദ്രൻ...

ഡയാനയ്ക്ക് മുംബൈയിലും ഡൽഹിയിലും കല്ക്കത്തയിലും ഫ്ളാറ്റുണ്ട്.

ഡയാനയും മിനിയും അങ്ങോട്ട് കടന്നിട്ടുണ്ടാകും..

പക്ഷേ, ഇതൊന്നും വിശ്വസിക്കാൻ ജിജേന്ദ്രൻ തയ്യാറല്ല.

അയാൾ പറയുന്നത് അയാളെ ഞാൻ കബളിപ്പിക്കുകയാണെന്നാണ്.

നേര് പറയുന്നവനെ ആരും വിശ്വസിക്കില്ല. പരിഗണിക്കില്ല.

ആരോഗ്യകരമായ ഒരു സൗഹൃദം ആഗ്രഹിച്ചാണ് ജിജേന്ദ്രനുമായി ഞാൻ കൂട്ടുകൂടിയത്.

ഇതുവരെയുള്ള എന്റെ ദരിദ്രജീവിതത്തെ പൊളിച്ചെഴുതുകയായി

രുന്നു ലക്ഷ്യം.

മുഖത്ത് ചായം തേക്കാതെയും അഭിനയിക്കുന്നവരുടേതാണീ ലോകം.

ഓരോരുത്തരും അവരവരുടെ നടനങ്ങളെ എത്രത്തോളം ആകർഷകമാക്കാമെന്നതിനെ ആശ്രയിച്ചേ നിങ്ങൾക്കീ ലോകത്തിന്റെ ആദരവും സ്നേഹവും നേടാനാകു.

വെറുതെ അവന്റെയും ഇവന്റെയുമൊക്കെ പിറകെ നടന്ന് ജീവിതം തൊലയ്ക്കുന്നതിലും എത്രയോ ഭേദമാണ് അതിനായി യത്നിക്കുന്നത്.

ഈയൊരു വിചാരത്താലാകണം ജിജേന്ദ്രൻ എന്നെ വധിക്കുമെന്ന് പറഞ്ഞിട്ടുപോലും ഞാനയാളിൽ നിന്നൊളിച്ച് നടക്കുന്നത്.

വിഷപാനം

എന്നെ കേൾക്കുകയാണ് റാഫേൽ.

ഞാനിതുവരെ അയാളോട് പറഞ്ഞു കൊണ്ടിരുന്നത് എന്റെതന്നെ അത്രയൊന്നും മധുരതരമല്ലാത്ത ജീവിതമാണ്.

ഷട്ടർ അടയ്ക്കുംപോലെ കൺപോളകൾ അടച്ച് റാഫേൽ ഇരിക്കുമ്പോൾ അയാൾ കേൾവികളിൽ അശ്രദ്ധനാകുന്നുണ്ടോയെന്ന് ഭയന്ന് പറയുന്നത് കേൾക്കുന്നുണ്ടോയെന്ന് ചോദിക്കുമ്പോൾ കൺപോളകൾ തുറക്കാതെ വലതുകൈ ഉയർത്തി പറഞ്ഞോളു പറഞ്ഞോളു എന്നയാൾ ആംഗ്യം കാണിക്കും.

എനിക്കെത്രയോ സുഹൃത്തുക്കളുണ്ട്. ബന്ധുക്കളുണ്ട്. അവരെയൊക്കെ എന്റെ ജീവിതം കേൾക്കാൻ വിളിച്ചപ്പോൾ തങ്ങളുടെ ജീവിതത്തിൽനിന്നൊരു നിമിഷംപോലും ഇങ്ങനെയുള്ള കാര്യങ്ങൾക്കായി വിട്ട് നില്ക്കാനാവില്ലെന്നും ഓരോരുത്തരും അവരവരുടെ സുഖസാമ്രാജ്യം തീർക്കുന്ന തിരക്കിലുമാണെന്നാണ് പറഞ്ഞത്.

റാഫേലിനെ എനിക്ക് ലഭിച്ചത് നഗരത്തിലെ വൃത്തിഹീനമായ ഒരു ബാറിൽ നിന്നാണ്.

കടലിൽ പോകുന്നവരും സാധാരണക്കാരുമായിരുന്നു ആ ബാറിലെ നിത്യസന്ദർശകർ. അത് അസന്മാർഗ്ഗികളുടെ നരകം പോലൊന്നായിരുന്നു.

ഞാനും ഗസൽ പാടുന്ന ഒരു ചങ്ങാതിയും കൂടെയാണ് ആ ബാറിൽ പോയിരുന്നത്.

ഞാനൊരു കുപ്പി ബിയർ കഴിച്ച് കഴിഞ്ഞാലും അയാൾ ബിയർ തീർത്തിട്ടുണ്ടാകില്ല.

അതും വെച്ചൊരു കൊല്ലം വേണമെങ്കിലും അയാളിരിക്കും.

അതിനിടെ അയാൾ മെഹ്ദിഹസ്സന്റേയും ഗുലാം അലിയുടെയും

പങ്കജ് ഉദാസിന്റെയും പാട്ടുകൾ അതിന്റെ തനിമയോടെ എനിക്ക് മൂളി തരും.

എന്നെ അയാളിലേക്ക് ആകർഷിക്കുന്നതും ഇതാണ്.

കൊച്ചിക്കാരനായ ഗായകന്റെ ജീവിതം പറഞ്ഞ സിനിമയിൽ സംഗീതസംവിധായകനായൊക്കെ വിലസാൻ ശ്രമിച്ചെങ്കിലും ആ സിനിമ എട്ടു നിലയിൽപൊട്ടിയതു കൊണ്ടയാളുടെ ആ മോഹമൊന്നും സഫലമായില്ല.

ഗസൽ ഗായകനായ ചങ്ങാതി എനിക്ക് ഗുലാം അലിയുടെയോ മെഹ്ദി ഹസ്സന്റെയോ പാട്ടുപാടി തരുന്നേരമാണ് അടുത്ത ടേബിളിലിരുന്ന് റാഫേൽ എന്നെ നോക്കുന്നത് ഞാൻ കണ്ടത്.

ഞാനപ്പോൾതന്നെ പരിചയങ്ങളുടെ പട്ടിക നിവർത്തി നോക്കിയെങ്കിലും അവിടെയൊന്നും അയാളെ കണ്ടില്ല.

പിന്നെ എന്തിനാകും ഇയാളിങ്ങനെ എന്നെ നോക്കുന്നത്

അപരിചിതരുടെ നോട്ടങ്ങൾ എന്നെ വല്ലാതെ ഉലയ്ക്കും.

അതെന്നെ വേവലാതികളുടെ ആഴങ്ങളിലേക്ക് ചാടിക്കും.

റാഫേൽ അയാളുടെ ടേബിളിൽ നിന്നെഴുന്നേറ്റ് ഞങ്ങളിരുന്നിടത്തേക്ക് വന്നു.

ആളല്പം ഫിറ്റാണെങ്കിലും കുഴപ്പമില്ല.

വിലകുറഞ്ഞ മദ്യത്തിന്റെ ഗന്ധം അയാളിൽ വല്ലാതുണ്ടായിരുന്നു.

അയാൾ ഞങ്ങളെ രണ്ട് പേരെയും വിഷ് ചെയ്തിട്ട് പറഞ്ഞു.

"അണ്ണന്മാരെ കണ്ടിട്ട് വിവരമുള്ളവരാണെന്ന് തോന്നി. അതുകൊണ്ട് പരിചയപ്പെടാമെന്നും തോന്നി."

"ഞാൻ റാഫേൽ. കൊളച്ചലാണ് സ്വദേശം. വേളാങ്കണ്ണി മാതാ എന്ന ഫിഷിങ് ബോട്ടിലാ ജോലി..."

"ബിയർ ഓരോ കുപ്പി കൂടി പറയട്ടെ."

വേണ്ടെന്ന് ഞാനും ഗസൽ ഗായകനും സംഘഗാനം പാടും പോലെ ഒരുമിച്ചു പറഞ്ഞു.

ഗസൽഗായകന്റെ മട്ടും മാതിരിയുമൊക്കെ കണ്ടിട്ടാകും എന്റെ മുഖത്ത് നോക്കിയാണ് റാഫേൽ കൂടുതലും സംസാരിച്ചത്.

"ഞങ്ങൾ ക്രിസ്ത്യാനികളാ. മേൽജാതിക്കാരുടെ ഉപദ്രവം കൊണ്ടാ ക്രിസ്ത്യാനികളായത്. ക്രിസ്ത്യാനികളിൽ ജാതിതിരിവൊന്നും അത്ര കടുപ്പത്തിലില്ലല്ലോ. മീൻ പിടുത്തം കുലത്തൊഴിലാക്കിയത് കൊണ്ട് മീനവരെന്നും ഞങ്ങൾക്ക് പേരുണ്ട്."

റാഫേൽ ഞങ്ങളെ അയാളുടെ ചരിത്രം കേൾപ്പിക്കുകയാണ്.

"സ്വാതന്ത്ര്യത്തിന് മുമ്പായിരുന്നു ഞങ്ങളുടെ മതംമാറ്റം..."

"കടലോടികൾ എന്നൊരു വർഗ്ഗവും ഞങ്ങൾക്കിടയിലുണ്ട്. ആർമി ആവശ്യത്തിനാ അവരെ ഉപയോഗിക്കുക."

"വേലുത്തമ്പിദളവ നേതൃത്വം കൊടുത്ത ഒരു യുദ്ധമൊക്കെ ഡച്ചുകാരുമായി നടന്നിട്ടുണ്ട്. അതിനെ കൊളച്ചിൽ യുദ്ധമെന്നാ പറയുക."

"സംഘകാലത്ത് കൊളച്ചിലിൽ നേവൽ അക്കാദമിയൊക്കെയുണ്ടായിരുന്നു."

"കറുത്തിട്ടാ ഞങ്ങൾ. ഞങ്ങൾക്കതിൽ അപകർഷതയൊന്നുമില്ല.

കറുപ്പിന് ഏഴഴകെന്നല്ലേ? നല്ല ശരീരപുഷ്ടിയാ ഞങ്ങൾക്ക്. നല്ല വണ്ണം തിന്നും. ചെറുവഞ്ചികളിൽ പോകുന്ന പെണ്ണുങ്ങളുമുണ്ട് കൊളച്ചിലിൽ. അവരും ആരോഗ്യത്തിന് ഞങ്ങളെ പോലെ തന്നെ സമ്പന്നരാണ്."

"ചുരുക്ക് വലയിൽ കുരുങ്ങുന്നതാ ഞങ്ങളുടെ അന്നം. ഒള്ളത് കരുതി വയ്ക്കുകയൊന്നുമില്ല. തിന്നും കുടിച്ചുമങ്ങ് തീർക്കും..."

"പത്തും ഇരുപതും പേർ ചേർന്ന് ബോട്ട് വാങ്ങുന്ന പതിവുണ്ട്. സമ്പന്നന്മാരാണ് ഞങ്ങൾ. ഇവിടുത്തെ നടപ്പും ഇരിപ്പുമൊന്നും കാര്യമാക്കണ്ട. പുതിയ കാറും ബൈക്കുമൊക്കെ ഉള്ളവരാ ഞങ്ങളും."

"സീസൺ അനുസരിച്ചാ പരിപാടി..."

"വലിയ ബോട്ടിലൊക്കെ പത്തും ഇരുപതും പേരുണ്ടാകും. എണ്ണയടിക്കണം. ഭക്ഷണം കഴിക്കണം. രണ്ടുലക്ഷം രൂപയെങ്കിലും കരുതണം മീൻ എപ്പോൾ കിട്ടുന്നുവോ അപ്പോഴേ തിരിച്ചെത്തു..."

"മാപ്പിളമാരാ ഞങ്ങൾ കൊണ്ടുവരുന്നത് മിക്കവാറും വാങ്ങുന്നത്."

ഞാനിത്രയും നേരം വിചാരിച്ചത് ഗസൽ ഗായകന് റാഫേൽ പറയുന്ന ചരിത്രം കേട്ട് ബോറടിച്ചു കാണുമെന്നാണ്.

അയാൾക്ക് പാട്ടിന്റെ ലോകം മാത്രമല്ലേ പരിചയമുള്ളു.

പക്ഷേ, അയാളും ത്രില്ലിലാണ്.

"ഞങ്ങളുടെ നാട്ടിലെ ചെറിയ ചെറിയ പ്രശ്നമൊക്കെ പരിഹരിക്കുന്നത് നാട്ടാർ എന്ന ഗ്രാമത്തലവനാ, വംഗഗവൺമെന്റാ അവിടെ..."

റാഫേൽ അയാളുടെ ചരിത്രം മുഴുവൻ കേട്ടിരുന്നതിനുള്ള നന്ദി സൂചകമായി ഓരോ ബിയർ കൂടെ ഞങ്ങൾക്ക് വാങ്ങിത്തന്നു.

നേരത്തെ ഓരോ ബിയർ വാങ്ങിയതിന്റെ വിലയും അയാൾ തന്നെയാണ് കൊടുത്തത്.

ഇപ്പോളെന്റെ വീട്ടിലാണ് റാഫേലുള്ളത്.

ചിരിയിൽ ചിലങ്കകെട്ടിയ വായിൽ നിന്ന് വാക്കുകൾ ഒഴിയാത്ത ഒരു കറുത്ത പെൺകുട്ടി ഉണ്ടായിരുന്നല്ലോ കഴിഞ്ഞ കുറി വന്നപ്പോൾ അണ്ണന്റെ കൂടെ...

വീട് മുഴുവൻ റാഫേലെന്തോ തിരയുന്നത് കണ്ട് ചോദിച്ചപ്പോഴാണ് അയാളിങ്ങനെ പറഞ്ഞത്.

"ഞാനവളെ വിട്ടു റാഫേൽ..."

ഞാനവളെ കല്യാണം കഴിക്കാതെയാണല്ലോ കൂടെ താമസിച്ചിരുന്നത്.

അവൾക്ക് എന്നെക്കൂടാതെയും കാമുകന്മാരുണ്ട്.

പെണ്ണിനെ ചുമക്കുന്നുണ്ടെങ്കിൽ നല്ലതിനെ ചുമക്കാവു എന്നും അല്ലെങ്കിൽ അണ്ണന്റെയും അവരുടെയും ജീവിതം നരകമാകുമെന്ന് റാഫേൽ.

പക്ഷേ, ഇപ്പോളൊരു മഹാന്റെ പ്രതിമ ഒട്ടും നിനച്ചിരിക്കാത്ത നേരത്ത് നിലം പതിക്കുംപോലെ നിലത്ത് വീണ് കിടക്കുകയാണ്. റാഫേൽ അയാളുടെ ദേഹത്തിൽ..

ഞാൻ നോക്കുമ്പോൾ അയാളുടെ ജീവനെ മരണമൊരു വിദഗ്ദ്ധനായ മോഷ്ടാവിനെ പോലെ അപഹരിച്ചോണ്ട് പോയിരിക്കുന്നു.

റാഫേൽ അയാളുടെ പോക്കറ്റിലടുക്കിവെച്ചിരിക്കുന്ന വലിയ നോട്ടുകളും കഴുത്തിലെ നല്ല ഭാരം വരുന്ന സ്വർണ്ണ ചെയിനും രോമം കൂടുതലുള്ള കറുത്ത ഇടതുകൈയിൽ കെട്ടിയിരിക്കുന്ന വിലപിടിപ്പുള്ള സ്വർണ്ണ നിറത്തിലുള്ള വാച്ചും തടിച്ച കൈ വിരലുകളിലെ സ്വർണ്ണമോതിരങ്ങളും എനിക്ക് കിട്ടുമെങ്കിലും...

നല്ല ഉശിരോടെയിരുന്ന ഒരാളെ വേണ്ടാതീനം പറഞ്ഞ് കൊന്നുവെന്നൊരു കേസും കുറ്റീശരവും ചിലപ്പോ ജയിൽവാസവുമാണ് എന്നെ കാത്തിരിക്കുന്നത്...

അതുകൊണ്ട് മേൽ എഴുതിയതൊരു കഥയായി മാത്രമാണ് വായിക്കേണ്ടതെന്ന് വിനയത്തോടെ അപേക്ഷിക്കട്ടെ.

പെങ്ങൾ

പെങ്ങൾ മരിച്ചശേഷം അളിയൻ ഫ്ളാറ്റിൽ ഒറ്റയ്ക്കാണ് താമസിച്ചിരുന്നത്.

വിദേശത്തുള്ള മൂത്തമകളും ഭർത്താവുംനാട്ടിൽ തന്നെയുള്ള ഇളയമകളും ഭർത്താവും ഫ്ളാറ്റിൽ വന്ന് നില്ക്കുമ്പോഴാണ് അളിയൻ നല്ല ഭക്ഷണം കഴിച്ചിരുന്നത്.

അല്ലാത്തപ്പോഴൊക്കെ തീറ്റയും കുടിയുമൊക്കെ ഒരുമാതിരിയായിരുന്നു.

അതിരാവിലെ അളിയന് ചായ ഉണ്ടാക്കിക്കൊടുത്തശേഷം ഞാനൊന്ന് കിടക്കട്ടെയെന്ന് പറഞ്ഞ് കിടന്നതാണ് പെങ്ങൾ. പിന്നെ ഉണർന്നില്ല.

കാര്യമായ രോഗമൊന്നും ഉണ്ടായിരുന്നില്ല പെങ്ങൾക്ക്...

ജീവിച്ചിരുന്നപ്പോഴൊക്കെ പെങ്ങളുടെ നന്മകൾ പറയാനല്ല. തിന്മകൾ പറയാനേ അളിയന് നേരമുണ്ടായിരുന്നുള്ളു.

തോർച്ച മറന്ന മഴപോലെയായിരുന്നു ഈ തിന്മകളുടെ പെയ്ത്ത്.

അതുകൊണ്ട്തന്നെ അളിയനെ കാണാനോ സംസാരിക്കാനോ താല്പര്യമുണ്ടായിരുന്നില്ല.

അങ്ങനെയുള്ള സന്ദർഭങ്ങൾ കഴിവതും ഒഴിവാക്കി.

പക്ഷേ, ഇപ്പോൾ അളിയന് മുഖത്ത് ഓർക്കാപ്പുറത്ത് ഇണയെ നഷ്ടപ്പെട്ടതിന്റെ സങ്കടം കാണാനുണ്ട്.

ഭാര്യ നിർബ്ബന്ധിച്ചിട്ടാണ് അയാൾ അളിയൻ താമസിക്കുന്ന ഫ്ളാറ്റിൽ ചെന്നത്.

രണ്ട് പെൺമക്കളുള്ളതിന്റെ കാര്യമൊക്കെ നടത്തിയത് പെങ്ങളാണ്.

മക്കൾക്ക് നല്ല ചെറുക്കന്മാരെ ബ്രോക്കറുമാരുടെ സഹായത്തോടെ

കണ്ടെത്തി.

വിവാഹത്തിന് ഹാൾ ബുക്ക് ചെയ്തു. നല്ല ഭക്ഷണം വിളമ്പുന്ന കാറ്ററിങ്ങുകാരെ കണ്ടെത്തി. ക്ഷണക്കത്ത് അച്ചടിപ്പിച്ചു. ഫോണിലൂടെയും നേരിട്ടും ബന്ധുക്കളെയും പരിചയക്കാരെയും ക്ഷണിച്ചു.

അളിയൻ ഒരു ഉത്തരവാദിത്വവും കൈയാളാൻ ഒരുക്കമല്ലായിരുന്നു.

മക്കളുടെ വിവാഹദിവസം ചമഞ്ഞൊരുങ്ങി വരുന്നവരെ സ്വീകരിക്കാൻ മാത്രം നിന്നു.

ഈ കാര്യക്ഷമത കണ്ട് പെങ്ങളെ ഞങ്ങൾ വിളിച്ചിരുന്നത് ഇന്ദിരാ ഗാന്ധി എന്നാണ്.

ഞാനും ഭാര്യയുമായി ഫ്ളാറ്റിൽ ചെന്നശേഷം ഭാര്യ ചോദിച്ച ചില ചോദ്യങ്ങൾക്ക് അയാൾ ഒറ്റവാക്കിൽ ഉത്തരമേകി.

ചില ചോദ്യങ്ങൾക്ക് അളിയൻ തന്നോടല്ല ഈ ചോദ്യങ്ങളെന്നമട്ടിൽ ഉത്തരമേകാതെ അശ്രദ്ധം ഇരുന്നു.

തീറ്റയും കുടിയുമൊക്കെ സ്വയം ചെയ്യേണ്ടുന്ന അവസ്ഥയെ അളിയൻ മുൻപ് സങ്കല്പിച്ചിട്ടു കൂടിയുണ്ടാകില്ല.

പെങ്ങൾ എപ്പോഴും കൂടെയുണ്ടാകുമെന്ന് കരുതിക്കാണും.

ഈ കരുതൽ പകർന്ന ധൈര്യമൊക്കെയാണ് ഇപ്പോൾ അസ്ഥാനത്തായിരിക്കുന്നത്.

ഒരിടത്തും ഉറച്ച് നില്ക്കില്ല അളിയൻ. പെങ്ങളെ വിവാഹം കഴിച്ച ശേഷം എത്രയോ തൊഴിലിടങ്ങളിലായി മാറി മാറി...

ഇറങ്ങാൻ നേരം അളിയൻ പറഞ്ഞു.

"എനിക്ക് പല പ്രൊപ്പോസലുകളും വരുന്നുണ്ട്, അതിൽ ഫ്രഷായിട്ടുള്ളതുമുണ്ട്. കാഴ്ചയിലുള്ള യൗവനം കൊണ്ടാകും. ഏതെങ്കിലുമൊന്ന് ആലോചിക്കണം..."

ഞാൻ തീയിൽ ചവിട്ടിയമാതിരി നിന്നു.

പെങ്ങൾ മരിച്ചിട്ട് ദിവസങ്ങളല്ലേ ആയുള്ളു.

ഞാനൊന്നും പറഞ്ഞില്ല. പറയാനെനിക്ക് നാവ് പൊങ്ങിയില്ല.

ഞാനൊന്നും പറയാതെ ഫ്ളാറ്റിൽ നിന്നുമിറങ്ങി.

അപ്പോൾ ഭാര്യ ചോദിച്ചു.

അളിയനെന്താ പറഞ്ഞതെന്ന്.

ഞാനൊന്നും പറഞ്ഞില്ലെന്ന് നുണ പറഞ്ഞു.

പിന്നെ ഭാര്യയോടൊപ്പം നിശ്ശബ്ദം നടക്കുമ്പോഴും എന്റെ ഉള്ളിലെ അമർഷം അടങ്ങിയിരുന്നില്ല.

ഇനി അളിയനെ കാണാൻ വരരുതെന്നും ഞാൻ മനസ്സിൽ ഉറപ്പിച്ചു.

വിവാഹം

ലക്ഷങ്ങൾ വാടക കൊടുക്കേണ്ടുന്ന നഗരത്തിലെ ഒരു ഹോട്ടലിൽ വച്ചായിരുന്നു അയാളുടെ ബന്ധുവിന്റെ മകളുടെ വിവാഹം.

വിവാഹത്തിന് പോകണോ എന്ന് അയാൾ ഒരായിരം ആവർത്തി ആലോചിച്ച് നോക്കി.

പോകാതിരുന്നാൽ നന്ദികേടാകും. വീട് വെക്കാൻ നേരത്തൊക്കെ സഹായിച്ചിട്ടുള്ളതാണ്.

സാധാരണ പണക്കാരുടെ വിവാഹമരണങ്ങൾ അയാൾ ഉപേക്ഷിക്കുകയാണ് പതിവ്.

ആവശ്യമില്ലാത്ത ഒരുപാട് ഔപചാരികതകൾ കൃത്രിമത്വം നിറഞ്ഞ ഇടപെടലുകൾ.

ഇതൊന്നും അയാൾക്ക് സഹിക്കാനാവില്ല.

അയാൾ ഹോട്ടലിൽ എത്തുമ്പോൾ ആളുകൾ എത്തിത്തുടങ്ങുന്നേതേയുള്ളു.

ഒരു വില്ലൻ നടൻ അയാളുടെ സുന്ദരമായ കഷണ്ടിയെ മറച്ച വിഗ്ഗുമായി കുടുംബചിത്രങ്ങളുടെ സംവിധായകനും ഭാര്യയോടുമൊപ്പം മുകൾ നിലയിലേക്കുള്ള ചവിട്ടുപടികൾ കയറിവരുന്നത് കണ്ടു.

വില്ലൻ നടനെ അറിയാമെങ്കിലും പണ്ടൊരു പത്രത്തിനായൊരു ഇന്റർവ്യൂ ആവശ്യപ്പെട്ടപ്പോൾ പ്രകടിപ്പിച്ച ഈഗോയെ ഭയന്ന് നടന്റെ അടുത്തേക്കൊന്നും അയാൾ പോയില്ല.

അന്നീ നടൻ ഇന്നത്തെപ്പോലെ വളർന്നിരുന്നില്ലെന്ന് ഓർക്കണം. (നമ്മുടെ സിനിമാനടന്മാരുടെ ഒരു തലക്കനമേ...)

കുടുംബചിത്രങ്ങളുടെ സംവിധായകൻ ഒന്നൂടെ ചെറുപ്പമായിരുന്നു.

മക്കളൊക്കെ സിനിമയിൽ നടിച്ച് തുടങ്ങിയതുകൊണ്ടാവും...

ചടങ്ങുകൾ തുടങ്ങുകയാണെന്ന് തോന്നുന്നു.

കറുത്തഷാൾ കൊണ്ടുള്ള തലപ്പാവ് വെച്ച കറുത്ത ഫുൾ കൈയുള്ള ടീഷർട്ടും കറുത്ത പൈജാമ പോലത്തെ പാന്റും ധരിച്ച ഒരു വൃദ്ധൻ സ്വർണ്ണനിറത്തിലുള്ള പീപ്പി ഊതുന്നു. കറുത്ത തൊപ്പി ധരിച്ച ചെറുപ്പക്കാർ വൃദ്ധൻ ഉണ്ടാക്കുന്ന താളത്തിന് അനുസരിച്ച് ചെണ്ടയും ബാന്റും വായിക്കുന്നു.

അതിന് പിറകിൽ ക്ലീൻഷേവിലും സൂട്ടിലും കണ്ണടയിലും ഡോക്ടറായ വരൻ.

ചടങ്ങ് നടക്കുന്ന ഹാൾ സിനിമാതിയറ്റർ പോലെയാണ് ക്രമീകരിച്ചിരിക്കുന്നത്. സീറ്റും അതുപോലെ തന്നെ....

വരൻ വേദിയിൽ ഉപവിഷ്ടനായ ശേഷം സൂട്ട് ധരിച്ച ചെറുപ്പക്കാരൻ മൈക്കിലൂടെ അനൗൺസ് ചെയ്യുന്നു.

പെണ്ണിന്റെ പിതാവ് വേദിയിലേക്ക് വരുന്നു. അയാളും സൂട്ടിൽ.

സായ്പിന്റെ ഭാഷയിൽ(നിലവാരമൊട്ടും കുറയേണ്ടന്ന് കരുതിയാവണം) വരനെ കണ്ടെത്തിയതും വരന്റെ നന്മകളും വധുവിന്റെ നന്മകളും വിവരിക്കുന്നു.

വിവാഹത്തിന് എത്തിയ ബന്ധുക്കൾക്കും സുഹൃത്തുക്കൾക്കും അയാൾ നന്ദി പറയുന്നു.

പിന്നെ വരന്റെ ഏട്ടൻ വേദിയിൽ എത്തുന്നു.അയാളും സൂട്ടിൽ. അനിയന്റെ സ്വഭാവവിശേഷങ്ങളിലേക്ക് സായിപ്പിന്റെ ഭാഷയിൽ അയാളും...

വേദിയിൽ നിന്നിറങ്ങി വരൻ വധുവിനെ സ്വീകരിക്കാൻ പോകുന്നു.

വരനും വധുവും വൃദ്ധന്റെ പീപ്പിവാദ്യത്തിന്റെ അകമ്പടിയോടെ വീണ്ടും വേദിയിലേക്ക്...

പാലുകുടി.

താലികെട്ട്.

ഫാഷൻഷോയിലൊക്കെ കാണും മാതിരിയുള്ള പെണ്ണുങ്ങൾ വരനും വധുവിനും ചുറ്റും...

പിന്നെ രണ്ട് ഉയരമുള്ള ചെറുപ്പക്കാർ വേദിയിലേക്ക് ചെന്ന് വരനെ ഉയർത്തുന്നു.

വധുവിനെ മുടിയൊക്കെ കെട്ടിവെച്ച സൂട്ടണിഞ്ഞ മറ്റൊരു ചെറുപ്പക്കാരനും ഉയർത്തുന്നു.

തരും തരില്ലെന്നമട്ടിൽ വധുവിനെ കാട്ടി വരനെ മോഹിപ്പിക്കുന്നു.

പിന്നെ രണ്ട് പേരും കടലാസ് മാലകൾ പരസ്പരം കൈമാറുന്നു.

കുടുംബചിത്രങ്ങളുടെ സംവിധായകനും ഭാര്യയും വില്ലനും നടനും വധൂവരന്മാരോടൊപ്പം വേദിയിൽ ഫോട്ടോയ്ക്ക് പോസ് ചെയ്യുന്നു.

തങ്ങൾ വന്നിട്ടുണ്ടെന്ന് എല്ലാവരും അറിയണ്ടേ....

വീണ്ടും അനൗൺസ്മെന്റ്

താഴെയുള്ള ഹാളിൽ ഭക്ഷണമുണ്ട്. എല്ലാവരും ഭക്ഷണം കഴിച്ചേ പോകാവൂ എന്ന്.

ഭക്ഷണങ്ങളുടെ ആർഭാടതയിലേക്ക്...

ഈ ഭൂമിയിൽ തിന്നാൻ കൊള്ളാവുന്നതെന്തൊക്കെയുണ്ടോ അതൊക്കെ പാകപ്പെടുത്തി മേശപ്പുറങ്ങളിൽ ഒരുക്കിയിരിക്കുന്നു.

എന്ത് കഴിക്കണമെന്ന കൺഫ്യൂഷൻ...

ഭക്ഷണങ്ങളുടെ ആർഭാടത കണ്ടപ്പോൾ ഭാര്യയേയും മകനെയും കൂടെക്കൂട്ടാത്തതിൽ അയാൾക്ക് വലിയ കുറ്റബോധം തോന്നി. കണ്ണിൽ കണ്ടതൊക്കെ കഴിച്ചു.

മനുഷ്യർ മൃഗങ്ങളെപ്പോലെ ആഹാരം വെട്ടിവിഴുങ്ങാനായി മത്സരിക്കുന്നു...

ഇവിടെയേറ്റവും മാന്യരെന്ന് നാം കരുതുന്നവർ സമനിലതെറ്റിയ പോലെയാണ് ആഹാരം അകത്താക്കാൻ ശ്രമിക്കുന്നത്.

ഹോട്ടലിന് പുറത്ത് കടന്നപ്പോഴാണ് അയാൾക്ക് ശ്വാസോച്ഛ്വാസം നേരെയായത്.

അത്രയുംനേരം അയാൾ അനുഭവിച്ച വീർപ്പുമുട്ടൽ..

നിരത്തിൽ വാഹനങ്ങൾ കുറഞ്ഞിരുന്നു.

രാത്രി അത്രയേറെ വൈകിയിരുന്നു.

അയാൾ മാത്രമാണെന്ന് തോന്നുന്നു, വാഹനസമേതമല്ലാതെ അന്നാ ഹോട്ടലിൽ വന്നത്.

ഇനി മൈലുകൾക്ക് അപ്പുറമുള്ള വീട്ടിൽ എങ്ങനെയാണ് എത്തുകയെന്ന ആധിയോടെ നിരത്തിൽ കണ്ട വാഹനങ്ങൾക്ക് നേരെ അയാൾ കൈകാണിക്കുവാൻ തുടങ്ങി.

തീവണ്ടി

വെയിൽ കടുത്ത ഉച്ചയിലാണ് ചെറുപ്പക്കാരൻ പാളത്തിലൂടെ നടന്നുവരുന്നത് വൃദ്ധൻ കണ്ടത്.

വൃദ്ധനെ കണ്ടതും ചെറുപ്പക്കാരൻ ഉറക്കെ പറയാൻ തുടങ്ങി.

"ജീവിതത്തിൻ നിന്നൊരു റിട്ടയർമെന്റാകാമെന്ന് കരുതി ഇറങ്ങിയതാണ്"

ശരിയാണ്.

ചെറുപ്പക്കാരന്റെ മുഖത്ത് വ്യസനത്തിന്റെ വിരൽപ്പാടുകൾ വ്യക്തമായുണ്ട്.

"കൂടെ കൂട്ടിയവളും പിറന്നവനുമൊക്കെ പിഴയായിരുന്നു."

"ദൈവം തന്ന വലിയ ശിക്ഷ..."

ഇത്തരം ദുരിതങ്ങളുടെ നരകങ്ങൾ ഇന്നേത് ജീവിതത്തിലാണ് ഇല്ലാത്തത്. ചിലർ അത് മൂടിവെക്കുന്നു. ചിലർ അത് വെളിവാക്കുന്നു എന്ന് വൃദ്ധൻ പറയുമ്പോൾ രോഷത്തിന്റെ പാരമ്യത്തിലായിരുന്ന ചെറുപ്പക്കാരൻ പറഞ്ഞു.

"മുറിവേറ്റവനല്ലേ അതിന്റെ ദെണ്ണമറിയു.."

പാളത്തിനോരത്തുള്ള മരച്ചുവട്ടിലിരുന്ന് പത്രം വായിക്കാൻവന്നതാണ് വൃദ്ധൻ.

അടുത്തിടെ ജോലിയിൽനിന്ന് വിരമിച്ച ശേഷമുള്ള ശീലമാണ്.

ഫ്ളാസ്കിൽ കടുംചായയും വൃദ്ധൻ കൂടെ കൊണ്ടുവരും.

കടുംചായ കൂടെ കൂടെ കുടിക്കുമെന്നൊഴിച്ചാൽ മറ്റു ദു:ശ്ശീലങ്ങളൊന്നും വൃദ്ധനില്ല.

ഇളംപ്രായത്തിലേ ഭാര്യയെ ദൈവം തിരികെ വിളിച്ചു. അവളുമായി ജീവിച്ച് കൊതിതീരും മുമ്പേയായിരുന്നു അത്.

എന്തൊരു സ്നേഹമായിരുന്നു ഭാര്യക്ക് വൃദ്ധനോട്.

ഒരു മകൾ മാത്രമെ വൃദ്ധനുള്ളു. അവളാണെങ്കിൽ വിവാഹമോചിതയും.

മകളുടെ കൂടെ ക്വാർട്ടേഴ്സിലാണ് വൃദ്ധൻ താമസിക്കുന്നത്.

മകൾക്കാണെങ്കിൽ മക്കളുമില്ല.

കടും ചായയൊരു ഗ്ലാസിൽ പകർന്ന് വൃദ്ധൻ ചെറുപ്പക്കാരനുനേരെ നീട്ടിയെങ്കിലും അയാളത് വാങ്ങിയില്ല.

"ഞാൻ പാല് ചേർത്ത ചായയേ കുടിക്കൂ.."

വൃദ്ധൻ വീണ്ടും വെയിലിനെ ശ്രദ്ധിച്ചിരുന്നു.

"അവിവേകമൊന്നും കാട്ടരുത്..."

വൃദ്ധൻ വിനയം വറ്റാത്ത ശബ്ദത്തിൽ പറഞ്ഞു.

ചെറുപ്പക്കാരൻ സമ്മതമെന്നമട്ടിൽ തലയാട്ടി പാളത്തിലൂടെ തന്നെ നടന്നു.

അപ്പോഴയാളുടെ മുഖത്ത് വീണ്ടുവിചാരത്തിന്റേതായൊരു പ്രസന്നത പ്രത്യക്ഷമായിരുന്നു.

ചെറുപ്പക്കാരൻ വൃദ്ധന്റെ കൺമുന്നിൽനിന്ന് മറഞ്ഞശേഷമാണ് ഒരു തീവണ്ടി ഭൂമിയെ പിളർക്കും മട്ടിൽ പാളത്തിലൂടെ കടന്നുപോയത്.

ആ തീവണ്ടിക്ക് ഘാതകന്റെ മുഖവും മനസ്സുമാണ് ഉള്ളതെന്ന് വൃദ്ധൻ തിരിച്ചറിയുമ്പോഴേക്കും ചെറുപ്പക്കാരന്റെ ജീവന് മേലെക്കൂടെ ആ തീവണ്ടി കടന്നുപോയിരുന്നു.